உலகச் சமையல் கூடம்

அ. முத்துலிங்கம்

நற்றிணை பதிப்பகம்

உலகச் சமையல் கூடம் * அ. முத்துலிங்கம் * முதல் பதிப்பு: செப்டம்பர் 2023 * வெளியீடு: நற்றிணை பதிப்பகம் (பி) லிமிடெட் * எண். 136, தரைத்தளம், சோழன் தெரு, ஆழ்வார்திருநகர், சென்னை-600 087.

* மின்னஞ்சல் : natrinaipathippagam@gmail.com
* கைபேசி : 94861 77208
* தொலைபேசி : 044 – 4273 2141
* அச்சாக்கம் : தி பிரிண்ட் பார்க், சென்னை – 600 117.

அ. முத்துலிங்கம்

அ. முத்துலிங்கம் இலங்கையின், கொக்குவில் கிராமத்தில் பிறந்து வளர்ந்தவர். கொழும்பு பல்கலைக்கழகத்தில் விஞ்ஞானப் படிப்பை முடித்தபின், இலங்கையின் சாட்டர்ட் அக்கவுண்டன்ட் படிப்பையும் இங்கிலாந்தின் சாட்டர்ட் மனெஜ்மெண்ட் படிப்பையும் பூர்த்திசெய்து இலங்கையிலும் ஆப்பிரிக்காவிலும் இன்னும் பல நாடுகளிலும் ஐ.நாவுக்காகப் பணிபுரிந்தவர். இவர் 2000 இல் ஓய்வுபெற்று, கனடாவில் மனைவி ரஞ்சனியுடன் வசிக்கிறார். பிள்ளைகள் இருவர்: சஞ்சயன், வைதேகி. வைதேகியின் மகள்தான் அடிக்கடி இவர் கதைகளில் வரும் அப்ஸரா.

அறுபதுகளில் எழுத ஆரம்பித்து இன்றும் இவருடைய பணி தொடர்கிறது. சிறுகதை, கட்டுரை, நேர்காணல், நாடகம், விமர்சனம், நாவல் என எழுதிவருகிறார். இவர் தமிழ்நாடு அரசாங்க முதல் பரிசு, இந்திய ஸ்டேட் வங்கியின் முதல் பரிசு, இலங்கை அரசு சாகித்தியப் பரிசு, கனடா தமிழர் தகவல் நாற்பதாண்டு சாதனை விருது, திருப்பூர்த் தமிழ்ச்சங்கம் பரிசு, விகடன் விருது 2012 (குதிரைக்காரன் – சிறுகதைத் தொகுப்பு), எஸ்.ஆர்.எம். பல்கலைக்கழகப் படைப்பிலக்கிய விருது (2013) ஆகிய வற்றைப் பெற்றிருக்கிறார்.

சமர்ப்பணம்

நான் கனடாவுக்குக் குடிபெயர்ந்து பல வருடங்களாகி விட்டன. இத்தனை வருடங்களில் நான் சம்பாதித்தது என்ன என்று திரும்பிப் பார்த்தேன். இரண்டு பேருடைய நட்பு என்று தோன்றியது. இதைவிடச் சிறந்த செல்வம் வேறு என்ன இருக்கிறது?

'நின்ற சொல்லர், நீடு தோன்று இனியர்' என்ற வரிகள் இவரை நினைவூட்டும். சொன்ன சொல்லில் நிற்பவர். பழகப் பழக இனிமையானவர். 32 வருட காலமாகத் தொடர்ந்து தமிழர் தகவல் இதழை நடத்தி வருபவர். சிறந்த ஊடகவியலாளர், அரசியல் ஆய்வாளர், இலக்கிய விமர்சகர். ஒன்ராறியோ அரசின் ஜீன் கோல்வுட் முதன்மைச் சாதனை விருதை (2012) பெற்றவர் திரு எஸ். திருச்செல்வம்.

"காட்சிக்கு எளியன், கடுஞ்சொல்லன் அல்லன்' என்ற வரிகள் இவரைக் காணும்போது எனக்குத் தோன்றும். தமிழையும், ஆங்கிலத்தையும் துறைபோகக் கற்றவர். எந்த நேரத்தில், எந்தச் சந்தேகம் தமிழ் இலக்கியத்திலோ, ஆங்கில இலக்கியத்திலோ ஏற்பட்டால் அதை உடனே தீர்த்து வைக்கக்கூடிய புலமையுள்ள ஒரே பெருந்தகை. இவரால் கனடாவுக்குப் பெருமை. இவர் பேராசிரியர் அமுது ஜோசப் சந்திரகாந்தன்.

துளித் துளியாக தேனீக்கள் தேனடையை உருவாக்கு வது போல சிறிது சிறிதாக வளர்ந்த பெருநட்பு இது. இவர்கள் இருவரையும் நண்பர்களாகப் பெற்றிருப்பது பெரும் பேறு. இந்த நூல் இவர்கள் இருவருக்கும்.

பொருளடக்கம்

முதல் சம்பளம்	7
எழுத்தாளரைச் சந்திப்பது	13
தமிழர்களின் பாஸ்கா	17
நூற்றில் ஒருவர்	21
தடங்கல்	24
கடவுளுக்கு வேலைசெய்பவர்	30
இடம் மாறியது	32
குற்றம், ஆனால் குற்றமில்லை	38
நீண்ட காத்திருப்பு	47
சீலாவதி	51
கடல் ஆமை விஞ்ஞானி	59
மண்தேய்த்த புகழ்	66
அதிர்ஷ்டம் என்பது ஒருவித திறமை	72

புகழ வேண்டாம்	*79*
எதிர்பாராததை செய்	*82*
எண்ணிய முடிதல் வேண்டும்	*85*
மூன்று அநாதைகள்	*89*
இல்லை என்பதே பதில்	*95*
மழலையர் மகிமை	*102*

மொழிபெயர்ப்புக் கதைகள்

எதிரிகள்	*108*
டாச்சாவுக்குப் போகும் வழியில்	*111*
அவர்கள் இறந்த வரிசை	*119*

முதல் சம்பளம்

வாழ்நாள் ஆசை என்று ஒவ்வொருவருக்கும் ஒன்று இருக்கும். என்னுடைய ஆசை கனடாவில் ஒருநாளாவது வேலை செய்வது. வேலை என்றால் தொண்டு வேலை அல்ல; அது நிறையச் செய்து கொண்டிருக்கிறேன். சம்பளத்துக்கு வேலை. என்ன வேலை என்றாலும் பரவாயில்லை. தோட்ட வேலை. சுப்பர் மார்க்கட்டில் வண்டில் தள்ளும் வேலை. உணவகத்தில் கோப்பை எடுக்கும் அல்லது கழுவும் வேலை. மூளை உபயோகிக்கும் வேலை மட்டும் வேண்டாம். அதுவும் கணக்கு எழுதும் வேலை எனக்குத் தேவையே இல்லை. வாழ்நாள் முழுக்க அதைத்தானே செய்தேன்.

சுப்பர்மார்க்கட்டில் வண்டில் தள்ளும் வேலைக்கு முயற்சி செய்தேன். வாடிக்கையாளர்கள் சாமான்களை வண்டிலிலே வைத்துத் தள்ளிச் சென்று காரிலே சாமான்களை ஏற்றி வண்டிலை விட்டு விட்டுப் போவார்கள். அவற்றைச் சேகரித்து சுப்பர்மார்க்கட் உள்ளே கொண்டுபோய் நிறுத்த வேண்டும். அதைக் கெடுத்தவர் புலம் பெயர்ந்த தமிழர்தான். அவர் அங்கே 30 வருடமாகச் சேவை செய்கிறாராம். 20 வண்டில்களைச் சேகரித்து ஒரேயடியாக உள்ளே தள்ளிக்கொண்டு போவதில் ஒரு சாதனை வைத்திருந்தார். அந்தச் சாதனையை நான் முறியடித்துவிடுவேன் எனப் பயந்தாரோ என்னவோ, அந்த வேலை எனக்குக் கிடைக்காமல் தடுத்துவிட்டார்.

வேறு பல வேலைகளுக்கு முயற்சிகள் செய்தாலும் அவை தோல்வியிலேயே முடிந்தன. இப்படி நான் சோர்ந்துபோய் இருந்த சமயம்தான் ஒருநாள் அதிகாலை டெலிபோன் மணி அடித்தது. மற்ற பக்கம் இருந்தவர் ஒரு நிமிடம் பேசிய பின்னர்தான் அவர் ஆங்கிலம் பேசுகிறார் என்று எனக்குப் புரிந்தது. தமிழ்–ஆங்கில மொழிபெயர்ப்புக்கு வரமுடியுமா என்று என்னிடம் கேட்டார். எப்போது என்று கேட்டேன். இன்றைக்கு. எத்தனை மணிக்கு? காலை 9 மணி. என்ன இடம்? அவர் முகவரியைச் சொல்லச் சொல்ல எழுதினேன். தூரமான தேசம். நான் அது பற்றி யோசிக்கும் போதே வாய் 'சரி வருகிறேன்' என்று சொல்லிவிட்டது. உடல்

உழைப்பு இல்லாவிட்டாலும் பரவாயில்லை; மூளை பாவிக்கத் தேவையில்லை.

ஒன்பது மணிக்கு ஒரு நிமிடம் இருக்கும்போது போய்ச் சேர்ந்தேன். நான் சந்தித்தது ஒரு யூதப் பெண்மணி. பெயர் எமூனா என்றார். அவர் உடையும், இருந்த தோரணையும், பேசிய விதமும் எனக்குப் பிடித்துக்கொண்டது. கருணை உள்ளவர் என்று உடனேயே என் மனதில் பதிந்தது. காப்புறுதி நிறுவனம் சார்பில் விபத்தில் மாட்டிய ஒரு தமிழ்ப் பெண்மணியின் உடல், மனநிலையை அவர் மதிப்பீடு செய்ய வேண்டும். இவருடைய மதிப்பீட்டின் அளவுகோல் படி அந்தப் பெண்ணுக்கு இழப்பீடு வழங்கப்படும் என்பதை எமூனாவே என்னிடம் சொன்னார்.

விபத்தில் மாட்டிய பெண்ணின் பெயர் சின்னநாயகி என்று எனக்கு அறிமுகம் செய்து வைத்தார். பெரியநாயகி கேள்விப்பட்டிருக் கிறேன். சின்னநாயகி புதிதாக இருந்தது. அவர் ஒரு திருமண விழாவுக்கு உறவுக்காரருடன் காரில் போய்க்கொண்டிருந்தபோது வேறு காருடன் மோதி விபத்து நடந்தது. மூன்று நாள் மருத்துவ மனையில் நினைவு தப்பிக் கிடந்தார். உடம்பில் பல இடங்களில் முறிவு. தலையில் பலமான அடி. காரில் பயணம் செய்த மற்றவர்கள் சிறிய காயங்களுடன் தப்பிவிட்டனர். ஒருமாத காலமாக இவருக்குச் சிகிச்சை நடந்தது. இப்பொழுது வீட்டில் இருந்து சிறிது சிறிதாகத் தேறி வருகிறார்.

சின்னநாயகி கட்டையாக உருண்டையாக இருந்தார். தும்மல் ஆரம்பிப்பதுபோல முகம் கோணலாக இருந்தது. யாழ்ப்பாணத்தில் தமிழ் ஆசிரியையாக வேலை செய்து புலம்பெயர்ந்தவர். அவருக்குக் கணவரும் ஒரு மகனும். நோயாளியும் மொழிபெயர்ப்பாளரும் அவர்களுக்குள் பேசுவது தடுக்கப்பட்டிருந்தது. ஆனாலும் சின்ன நாயகி இடைவேளைகளில் தன் சரிதத்தை எனக்குச் சொல்லிவிடுவார். மகன் அவரைப் பின்னேரம் வந்து கூட்டிப்போவார் என்றார்.

நான் தயாராக இருந்தேன். எமூனா ஆரம்பித்தார். நான் மொழிபெயர்த்தேன்

இன்று எப்படி உடம்பு இருக்கிறது?

வலிதான். வலியில்லாத ஒரு நிமிடத்தைக்கூட நான் அனுப வித்தது கிடையாது.

இரவு தூங்கினீர்களா?

நித்திரை மாத்திரை போட்டுவிட்டுப் படுத்தேன். மூன்று மணி நேரம் தூங்கினேன். பின்னர் எழும்பி இன்னொரு வலி மாத்திரை

போட்டேன். சிறிது நடந்தேன். சுடுதண்ணீர் வைத்துக் குடித்தேன். தூங்க முடியவில்லை.

உங்களுக்குச் சொல்லித்தந்த உடல் பயிற்சிகளைச் செய்கிறீர்களா?

பயிற்சி செய்தால் வலி இன்னும் கூடுகிறதே. ஏதோ கொஞ்சம் ஏலக்கூடியதைச் செய்கிறேன்.

கல்யாணவீடு, பிறந்தநாள் கொண்டாட்டம் இப்படியான நிகழ்வுகளுக்குப் போகிறீர்களா? அப்படிப் போனால் உங்களுக்கு நல்லது என்று சொல்லியிருக்கிறேன். முகத்தில் சிரிப்பு வரும்.

போகிறேன். என்னுடைய அக்கா அதுகளுக்குக் கூட்டிப் போவார்.

நல்லது. நல்லது. உங்கள் சுவாச....

திடீரென்று சின்னநாயகி எழுந்து நின்று தாதி வெப்பமானியை உதறுவதுபோல கையை உதறினார். என்ன என்று கேட்டபோது மருத்துவருடைய குறிப்பை மறந்துவிட்டதாகக் கூறி கைப்பையில் துளாவி எடுத்து எமூனாவிடம் நீட்டினார்.

உங்கள் மருத்துவரும் சுவாசப் பிரச்சினை பற்றி எழுதியிருக்கிறார். இது என்ன புதிதாக இருக்கிறது?

மூச்சு விடக் கஷ்டம். பாதி மூச்சுத்தான் வருகிறது. சுவாசப்பை நிறைவதே இல்லை. உடனே களைப்பும் வருகிறது என்றுவிட்டு இளைத்தார்.

நீங்கள் உங்கள் சமூகக் கூட்டங்களில் பாடியுள்ளதாக முன்பு சொன்னீர்களே. எங்கே ஒரு பாட்டுப் பாடுங்கள் பார்ப்போம்.

உடனே சின்னநாயகியிடம் ஒரு மாற்றம் வந்தது. முகத்திலே சிரிப்புபோல ஒன்று தோன்றியது. அழகாகக்கூடத் தெரிந்தார்.

சுவாசமே சுவாசமே

என்ன சொல்லி என்னைச் சொல்ல

காதல் என்னைக் கையால் தள்ள

இதயம்தான் சரிந்ததே உன்னிடம்

சுவாசமே சுவாசமே.

அவர் பாடிய சங்கீதத்தில் கொஞ்சம் மீதி இன்னும் இருந்தது. இரண்டு மைல் ஓடியதுபோல அவருக்கு மேலும் கீழும் இழுத்தது. நான் திகிலுடன் இதையும் மொழிபெயர்க்க வேண்டுமா என்பது போல பார்த்தேன். எமூனா வேண்டாம் என்றார்.

தொடர்ந்து சின்னநாயகி பேசினார். திடீரென்று வலி வருகிறது. சிவப்பு வலி மாத்திரை போட்டாலும் போகுதில்லை. மஞ்சள் போட்டாலும் போகுதில்லை. அது நினைத்த பாட்டுக்கு வருகிறது. நினைத்த நேரம் போகிறது.

கழுத்து வலியா?

இல்லை, கை வலி.

அங்கேயுமா? நடுச்சாமத்தில் வலி வந்தால் என்ன செய்வீர்கள்?

கையை நீட்டிக்கொண்டு சுடுதண்ணீர் பைப்பைத் திறந்து விடுவேன். முதலில் குளிர்ந்த தண்ணீர் வரும். பின்னர் அது சூடாகி சுடுநீர் வரும். அதை மாறி மாறிப் பிடிப்பேன். வலி போகாது. கொஞ்சம் ஆறுதலாக இருக்கும்.

உங்கள் கணவரையும் நீங்கள்தான் பார்க்க வேண்டுமா?

வேறு ஆர்? நான்தான் பார்க்க வேண்டும். அவர் மறதி என்னிலும் மோசம். குளிர்பெட்டியைத் திறந்து தலையை நுழைத்து எதையோ தேடுவார். ஆனால் மறந்துவிடும். கதவு வந்து அவர் குண்டியிலே அடிக்கும். அப்படியே உறைந்த கல்லைப்போல நிற்பார்.

போனதடவை உங்களுக்கும் மறதி வருகிறது என்று சொன்னீர்களே.

அதுதான் மோசம். பக்கத்துக் கடைக்குப் போனால் என்ன சாமான் வாங்க வந்தேன் என்பது நினைவில் இல்லை. ஒருநாள் எங்கே நிற்கிறேன் என்பது மறந்துவிட்டது. என்னுடைய வீட்டு முகவரியும் ஞாபகத்தில் இல்லை. ஒன்பது வயதுச் சிறுமி ஒருத்தி என்னைப் பிடித்து அழைத்துப்போய் வீட்டில் சேர்த்தாள்.

உங்கள் பெயரையும் முகவரியையும் டெலிபோன் நம்பரையும் ஓர் அட்டையில் எழுதி அதை எந்நேரமும் கழுத்தில் தொங்க விடவேண்டும். அதைக் கடந்த தடவைச் சொன்னேனே.

அதுவும் எனக்கு மறந்துபோனது.

சரி, மருந்தாவது கிரமமாக எடுக்கிறீர்களா?

எங்கே எடுக்கிறேன். எனக்கு அதைப் பார்த்து நேரத்துக்கு நேரம் தவறாமல் தர ஒருவரும் இல்லையே. சிலவேளை முற்றிலும் மறந்துபோகிறேன்.

இப்படி எங்கள் அறிவுரைகளை உதாசீனம் செய்தால் எப்படி உடம்பு சுகப்படும்?

திடீரென்று ஒரு பழைய பாடலைச் சின்னநாயகி சொன்னார். 'அடுத்து முயன்றாலும் ஆகும் நாள் அன்றி எடுத்த கருமங்கள்

ஆகா–கொடுத்த உருவத்தால் நீண்ட உயர் மரங்கள் எல்லாம் பருவத்தால் அன்றி பழா.'

நான் அங்குமிங்கும் தலையைத் திருப்பினேன். அதையும் மொழிபெயர்ப்பதா என்பதுபோல பரிதாபமாக எமூனாவைப் பார்த்தேன். அவர் மொழிபெயர்க்கச் சொன்னார்.

சுருக்கமாக 'எது எது எப்போ நடக்கவேண்டுமோ அது அது அப்போ நடக்கும்' என்றேன்.

உங்கள் கால்வலி எப்படி?

உடனேயே சின்னநாயகியின் முகம் மலர்ந்தது. சொல்லவேணும் சொல்லவேணும் என்று நினைத்து வந்தனான். எல்லாம் மறந்து விட்டது. அந்த வலியை விளங்கப்படுத்தவே முடியாது. எலும்புக்குள் இருந்து தொடங்கும். வித்தியாசமானது.

அது என்ன வித்தியாசமான வலி?

வித்தியாசம் என்றால் வித்தியாசம்தான். அமெரிக்கா காசும் காசு. கனடா காசும் காசு. ஆனால் வித்தியாசம் இருக்கிறதல்லவா?

எமூனா சிரித்தார். நானும் சிரித்தேன்.

உடனேயே சின்னநாயகி உசார் வந்து இடது கால் சப்பாத்தை அதிகாரிக்குக் காட்டுவதற்காகச் சட்டென்று குனிந்து அகற்றினார். மோசமான நாற்றம் ஒன்று எழுந்தது. சதை அழுகிய மணம். காற்றின் நிறம்கூட மாறியதுபோல எனக்குப் பட்டது. எமூனா பார்க்க முன்னரே நான் அவர் பாதத்தைக் கண்டுவிட்டேன். வீங்கி வரிவரியாக சிவந்துபோய் முயல்குட்டி போல உட்கார்ந்திருந்தது. அதற்குள் இருந்து என்னவோ வெளியே வரத் துடித்தது. கால் விரல்கள் ஒன்றுடன் ஒன்று ஒட்டிப்போய் வாத்தின் விரல்கள்போல ஆகி விட்டன.

'மூடுங்கள் மூடுங்கள்' என்று எமூனா கத்தினார். நாங்கள் அங்கேயிருந்த ஒரு மணி நேரத்தில் முதல் தடவையாக எமூனா குரலை உயர்த்தினார்.

இப்பொழுது வலி எண் என்னவென்று அமைதியாகக் கேட்டார்.

எந்த வலி?

எது ஆகக்கூடிய வலியோ அது?

நான் மொழிபெயர்க்க முன் அவர் 'ரென்' என்று ஆங்கிலத்தில் சொன்னார்.

எமூனா எழுதிக்கொண்டார்.

சில நாட்கள் கழித்து அந்தப் பெண்ணுக்கு இழப்பீடு கிடைத்து விட்டதாக அறிந்தேன். தொகை தெரியவில்லை. ஒரு லட்சம் டொல ராக இருக்கலாம். ஒரு மில்லியன் கூட இருந்தாலும் அதிசயப்படக் கூடாது. அந்த இழப்பீட்டுப் பணத்தில் என் பங்கும் இருந்தது. எமூனா வைத்திருந்த கோப்பில் சின்னநாயகியின் படம் ஒன்று இருந்தது. விபத்துக்கு முன்னர் எடுத்தது. நான் அதை என் பக்கத்தில் இருந்து தலைகீழாகப் பார்த்தேன். அழகான சிரித்த முகம். ஒரே யொரு கணநேரம் நடந்த விபத்தில் அவர் முகம் அப்படி மாறி விட்டது. இனிமேல் அவருக்கு அதுதான் முகம். ஒரு மில்லியன் டொலர்கூட அந்த வலி முகத்தை மாற்ற முடியாது.

இன்று என்னுடைய சம்பளக் காசு *50* டொலர் வந்தது. ஊபரில் போக *48* டொலர். திரும்ப *48* டொலர்; மொத்தம் *96* டொலர். இந்த விவகாரத்தில் எனக்கு நட்டம் *46* டொலர். ஆனாலும் என் உழைப்பில் கிடைத்த முதல் சம்பளம். அப்படியே, அது என்ன வார்த்தை, உடம்பு எல்லாம் புளகாங்கிதம் அடைந்தது.

✸

எழுத்தாளரைச் சந்திப்பது

1973ஆம் ஆண்டு பீட்டர் மாத்தீஸன் என்ற இயற்கை விஞ்ஞானி நேபாளத்தின் இமயமலைப் பிரதேசங்களில் பனிச்சிறுத்தை என்ற அபூர்வமான விலங்கைத் தேடி அலைந்தார். உறையவைக்கும் குளிரில் மாதக் கணக்காகத் தேடியும் அந்த மிருகம் தென்படவில்லை. திரும்பியதும் அவர் தான் தேடி அலைந்த அனுபவத்தை ஒரு புத்தகமாக எழுதினார். அதன் தலைப்பு 'Snow Leopard'. இறுதிவரை தான் காணாத ஒரு மிருகத்தின் பெயரையே சூட்டினார். அந்தப் புத்தகம் வெற்றி பெற்றது. பலர் அதை classic என்று வர்ணித்தார்கள். தோல்வியை வெற்றியாக்கிவிட்டார் மாத்தீஸன். அவருடைய நூலுக்கு 1979ஆம் ஆண்டு The National Book Award கிடைத்தது.

சுரா என்னிடம் ஒரு கேள்வி கேட்டார். எப்படி நீங்கள் பிரபலமான ஆங்கில எழுத்தாளர்களுடைய செவ்விகளைச் சுலபமாகப் பதிவு செய்துவிடுகிறீர்கள் என்று. அவருக்குத் தெரியும் இந்த எழுத்தாளர்கள் தங்களைச் சுற்றி அத்தனைக் காவல் அரண்களை உண்டாக்கி வைத்திருக்கிறார்கள் என்று. இவர்களுடைய முகவரி கிடைக்காது. டெலிபோன் டைரக்டரியில் அவர்கள் பெயர் இருக்காது. மின்னஞ்சல் விலாசம் புதைக்கப்பட்டிருக்கும். ஒரு பாதுகாப்பு வலயத்துக்குள் வாழ்ந்துகொண்டிருப்பார்கள். அதுவே சுராவின் ஆச்சரியத்துக்குக் காரணம்.

நான் 'அது ஒரு ரகஸ்யம்' என்றேன். 'எப்படி?' என்றார். நான் சொன்னேன், 'முதலில், அவர்களுடைய மனைவிமார்களைப் பிடிக்கவேண்டும்.' சுரா சிரித்தார். அவர் இதை நம்பவில்லை.

ரோபையாஸ் வூல்ஃப் என்பவர் தலைசிறந்த எழுத்தாளர். இவரை எழுத்தாளருக்கு எழுத்தாளர் என்று சொல்வார்கள். இவர் ஸ்டான்ஃபர்ட் பல்கலைக்கழகத்தில் ஆங்கிலப் பேராசிரியர்; புனைவு இலக்கியம் கற்றுக் கொடுப்பவர். இவருடைய செவ்வியை நான் சமீபத்தில் பதிவு செய்திருந்தேன். இவருக்குக் கடிதம் மேல் கடிதம் எழுதினாலும் பதில் கிடைக்காது. ஒருநாள் அவருடைய மனைவியிடம் இருந்து எனக்கு ஒரு மின்னஞ்சல் வந்தது, பேராசிரியர் வெளி மாநிலம் போயிருப்பதாக. நான் விடவில்லை. பேராசிரியருக்கு என்னை நினைவூட்டும்படி மனைவிக்குக் கடிதம் எழுதத் தொடங்

அ.முத்துலிங்கம் ♦ 13

கினேன். தொல்லை தாங்காமல் ஒருநாள் பேராசிரியரே தொடர்பு கொண்டார். பிறகு எல்லாமே சுலபமாகிவிட்டது.

இப்படிப் பல யுக்திகள் என் கைவசம் இருந்தன. ஆனால் இவை எல்லாம் அலிஸ் மன்றோவின் முன் அடிபட்டுப் போய்விட்டன. அவரே ஒரு மனைவி. அவரைப் பிடிக்க நான் யாரைப் பிடிப்பது.

இருபது வருடங்களுக்கு முன்னர் நான் ஒரு பயிலரங்கில் கலந்துகொண்டேன். கொடையாளர்களுடன் சந்திப்பதற்கான பயிற்சி எங்களுக்குக் கொடுக்கப்பட்டது.

'பல நாள் முயற்சிக்கு பின் உங்கள் காதலியை முதன்முதலாகத் தனிமையில் சந்திக்கிறீர்கள். நீங்கள் மறக்காமல் செய்ய வேண்டியது என்ன?' பயிற்சியாளர் என்னைத்தான் கேட்டார். நான் கடவு எண்ணைத் தொலைத்துவிட்டது போல திருதிருவென்று முழித்தேன். நான் எங்கே காதலியைக் கண்டேன்? என்றாலும் அழுத்தமான முத்தம் கொடுக்கவேண்டும் என்று அழுத்திச் சொன்னேன். பிழை, ஒரேயொரு சரியான பதில்தான் உண்டு. காதலியுடனான அடுத்த சந்திப்புக்கு நீங்கள் ஒரு காரணம் உண்டாக்கவேண்டும். முதல் சந்திப்பின் வேலை அடுத்த சந்திப்புக்கு அடிபோடுவதுதான்.

ஒருமுறை அலிஸ் மன்றோ கொடுத்த செவ்வி ஒன்றைப் பத்திரிகையில் படித்தேன். அதில் இப்படிச் சொல்லியிருந்தார். 'கடந்த இருபது வருடங்களில் இன்னொருவருடைய தேவையை மதித்து நான் செயல்படாத நாள் ஒன்றுகூட இல்லை. என் எழுத்து வேலை கள் அவற்றைச் சுற்றித்தான் நடக்கின்றன.'

நான் இதைப் பிடித்துக்கொண்டேன். அன்றே அவருக்கு ஒரு கடிதம் எழுதினேன். 'உங்கள் செவ்வியைப் படித்தேன். ஒருநாளில் ஒருவருக்காவது நீங்கள் உதவி செய்வீர்கள் என்று அறிகிறேன். இன்று என்னுடைய முறை. எனக்கு ஒரு நேர்காணல் ஏன் தரக் கூடாது.' இப்படி எழுதியதும் வழக்கம்போல மறந்துவிட்டேன்.

இவருடைய எழுத்தின் விசேஷம் காலத்தை முன்னும் பின்னும் மாற்றிப்போட்டு எழுதுவது. எப்பொழுதும் கிராமத்துப் பின்னணியில் எழுதுவதே இவருக்குப் பிடிக்கும். தன்னுடைய பழைய கதைகளைத் திருப்பிப் படிக்கும்போது சில வசனங்கள் அழகாகச் செதுக்கப்பட்டு, அதி நேர்த்தியாக இருப்பதாகச் சொல்கிறார். இப்பொழுது எழுதும் போது, அப்படியான வசனங்கள் வரும் இடங்களை எல்லாம் தான் அடித்துவிடுகிறாராம். எழுதுவதற்கு உட்கார்ந்தால் இரவிரவாக எழுதுகிறார். அந்த இரவு முடிவதற்குள் தான் இறந்து போகக்கூடும் என்பதுபோல செயல்படுகிறார்.

என்னிலும் பார்க்க முயற்சிகூடிய ஒரு நிருபர் அவரை மடக்கி கேள்வி ஒன்று கேட்டார். 'நீங்கள் எழுதும் கதைகளில் உங்கள்

பெற்றோர்கள் இருக்கிறார்கள். ஆனால் பிள்ளைகள் இல்லை. அது ஏன்?' அவர் 'என் பெற்றோர்கள் இறந்துவிட்டார்கள், ஆனால் பிள்ளைகள் உயிரோடு இருக்கிறார்கள். முதியோர் இல்லத்தில் அவர்கள் என்னை வந்து பார்க்க வேண்டும் அல்லவா?' என்றார் நகைச்சுவையாக.

இவருடைய வாழ்க்கையை முற்றிலும் மாற்றிப்போட்ட ஒரு சம்பவம் இவர் பல்கலைக்கழகத்தில் படித்தபோது நடந்தது. ஒரு மாணவன் இனிப்பைக் கடித்து சாப்பிட்டபோது ஒரு துண்டு உடைந்து கீழே விழுந்தது. 'நான் சாப்பிடுகிறேன்' என்று அந்தத் துண்டை அலிஸ் எடுத்தார். அந்த மாணவனுடைய பெயர் ஜேம்ஸ் மன்றோ. அவனைக் காதலித்து, உடனேயே மணம் புரிந்து தன் பெயரை அலிஸ் மன்றோ என்று மாற்றி, படிப்பையும் பாதியிலே நிறுத்தினார். இனிப்பிலே ஆரம்பித்த காதல் கசப்பாகி வெகு விரை விலேயே மண முறிவு ஏற்படும் என்பதை அவர் அப்போது அறிய வில்லை.

ரொறொன்ரோ Harbourfront மையத்தில் எழுத்தாளர் கூட்டத்தில் அலிஸ் மன்றோ வாசிப்பதாக விளம்பரங்கள் வெளியானதும் நான் பதற்றமானேன். தான் எழுதிய ஒரு புத்தகத்தில் இருந்து இரண்டு பக்கங்கள் வாசிப்பார். அவ்வளவுதான். அதற்கு டிக்கட் $35. எப்படி யும் அந்தக் கூட்டத்துக்குப் போகலாம் என்று முன்கூட்டியே பணம் கட்டுவதற்குத் தொலைபேசியில் அழைத்தால் எல்லா டிக்கட்டுகளும் விற்றுத் தீர்ந்துவிட்டன.

அலிஸ் மன்றோவுடன் உட்கார்ந்து விருந்து சாப்பிடுவதற்கு $150 என்றார்கள். இந்தக் கட்டணம் என்னுடைய பட்ஜெட்டுக்கு மிகவும் மேலே. சரி, இதை விடக்கூடாது என்று என்னுடைய பெயரைக் கொடுத்தேன். எல்லா டிக்கட்டுகளும் இரண்டு வாரங்கள் முன்பாகவே முடிந்துவிட்டனவாம். ஓர் எழுத்தாளருக்கு இது எத்தனைப் பெரிய கௌரவம் என்று நினைக்க நினைக்கப் பெருமை யாக இருந்தது.

எனக்குத் தெரிந்த வித்தைகள் அனைத்தையும் பயன்படுத்தியும் அலிஸ் மன்றோவின் செவ்வி இதுவரைக் கிடைக்கவில்லை. அவரிடம் கேட்கவேண்டிய கேள்விகள் நிறைய இருந்தன. பீட்டர் மாத்தீஸன் நேபாளத்து மலைகளில் பனிச்சிறுத்தையைத் தேடி அலைந்ததுபோல நானும் அவருடைய சந்திப்புக்காக அலைந்ததுதான் மிச்சம். அவருக்கு எழுதிய கடிதத்துக்குப் பதில் வரவே இல்லை.

கனடாவில் எழுத்தாளர்கள் தங்களுக்கு அமைக்கும் தற்காப்பு வியூகத்திலும் பார்க்க ஆச்சரியம் கொடுப்பது சபைகளில் அவர் களுக்குத் தரப்படும் மரியாதை. ஒரு பிரபலமான சினிமா நடிகைக்குக்

கிடைப்பதுபோல, அரசியல்வாதிக்குக் கிடைப்பதுபோல, விளையாட்டு வீரருக்குக் கிடைப்பதுபோல சமூகத்தில் இவர்களுக்கு நிறைய கௌரவம் உண்டு. ஓர் எழுத்தாளனுக்குச் செய்யும் சிறப்பை வைத்து அந்த நாட்டை மதிப்பிடலாம் என்பார்கள். அந்த வகையில் கனடா எனக்குத் தரும் மகிழ்ச்சி சொல்லும் தரமல்ல.

இன்னொரு விதத்தில் துயரமும் இருந்தது. எழுத்தாளர்கள், வாசகர்களிடமிருந்து தூர விலகிப் போகிறார்கள். அலிஸ் மன்றோ என்னை மறந்துபோயிருப்பாரோ என்று நினைக்கிறேன். சிரித்து சிரித்துப் பேசும் இந்த முதிர் பெண்மணி என்னை ஏமாற்ற ஒரு போதும் விரும்பியிருக்கமாட்டார். அதிகாலையில் அடிக்கும் ஒரு தொலைபேசிக்காக நான் காத்திருக்கிறேன். பீட்டர் மாத்தீஸன் போல டெலிபோன் வந்தால் ஒரு கட்டுரை. வராவிட்டால் அதுவும் ஒரு கட்டுரை. இரண்டுமே லாபம்தான்.

✻

தமிழர்களின் பாஸ்கா

வழக்கம்போல இரவில்தான் தொலைபேசி அழைப்பு வந்தது. 'அய்யா, உங்களுடைய புத்தகம் எங்கே வாங்கலாம்?' 'கடைகளில் தான்.' 'நான் கொழும்பிலிருந்து பேசுகிறேன். இங்கே உங்கள் புத்தகம் இல்லை. எனக்கு அவசரத் தேவையாக இருக்கிறது.' 'மன்னிக்க வேண்டும். நான் கனடாவில் அல்லவா இருக்கிறேன்.'

'ஐயா, நான் பூசா சிறையில் நாலு வருடம் தண்டனை அனுப வித்துவிட்டு இப்பொழுதுதான் வெளியே வந்திருக்கிறேன். சிறையிலே உங்கள் புத்தகம் படிக்கக் கிடைக்கிறது. ஆனால் வெளியே வாங்க முடியவில்லை. புத்தகத்தைப் படித்து முடிக்க நான் மறுபடியும் சிறைக்குத்தான் செல்ல வேண்டும்.'

எனக்கொரு யோசனை வந்தது. பூசா சிறை என்பது போராளி களைப் பிடித்து அடைக்கும் சித்திரவதைக்கூடம். சிங்கள அரசு என்னுடைய புத்தகத்தைச் சித்திரவதை ஆயுதமாகப் பாவிக்கிறதா என்ற ஐயம் ஏற்பட்டது.

வெளியே விற்காவிட்டாலும் பரவாயில்லை சிறையிலாவது கிடைக்கிறதே. மறுபடியும் எழுதியாக வேண்டும் எனத் தீர்மானித் தேன்.

எதை எழுதுவது? எழுத வேண்டும் என்று தீர்மானித்துவிட்டால் கருத்து அவரைத் தேடி வரும் எனப் பெரியவர்கள் சொல்லிக் கேள்விப்பட்டிருக்கிறேன். ஒரு கதை ஞாபகம் வந்தது.

தேலோன் பள்ளத்தாக்கு என்பது கனடாவின் யூக்கான், வடமேற்கு பிரதேசம், வடதுருவ வட்டம் அனைத்தையும் இணைத்துக் கிடக்கிறது. ஆதியிலிருந்து மாற்றம் அடையாத பனிப்படுக்கை. அதே மிருகங்கள். அதே பறவைகள். Where God Began என்று அந்த நிலத்தை வர்ணிப்பார்கள். கடவுள் தொடங்கிய இடம். அங்கே வாழும் பழங்குடிகளுக்குப் பனிக்காலத்தில் உணவு கிடைப்பது அரிது. ஆனாலும் அவர்கள் பட்டினியால் சாவது கிடையாது. அவர்களுக்குப் பசித்தால் மூஸ்மான் ஒன்று அவர்களைத் தேடி வந்துவிடும். அப்படி

ஐதீகம். குதிரையிலும் பார்க்க உயரமானது மூஸ்மான். 1200 ராத்தல் எடை கொண்டது. ஒன்றை வேட்டையாடினால் பனிக்காலம் முழுவதையும் சமாளித்துவிடலாம்.

கிழவர் மூஸ்மான் வேட்டைக்கு நாய்கள் இழுக்கும் சறுக்கு வண்டியில் புறப்பட்டார். அவருடைய 7 வயதுப் பேரனும் வண்டியில் ஏறிக்கொண்டான். சிறுவயதிலேயே வேட்டைப் பயிற்சி ஆரம்பமாகிவிடும். இரண்டு மணி நேரமாகியும் ஒன்றும் கிட்டவில்லை. முயற்சியைக் கைவிடும் நேரத்தில் வெகுதூரத்தில் மூஸ்மான் ஒன்று தென்பட்டது. கிழவர் சடாரென்று சறுக்கு வண்டியைத் திருப்பினார். சிறுவன் விழுந்துவிட்டான். சிறுவனுக்காக நிறுத்தினால் மூஸ்மான் தப்பிவிடும். ஒரு முழுக்கிராமம் பட்டினி கிடக்க நேரிடும். ஆகவே நிறுத்தாமல் தொடர்ந்தார். ஒருமணி நேரம் கழித்து வேட்டையை முடித்து மூஸ்மான் இறைச்சியுடன் அதே பாதையில் திரும்பினார். சிறுவன், சறுக்கு வண்டி தடத்தை உன்னிப்பாகக் கவனித்து இலக்குத் தவறாமல் நடந்து வந்துகொண்டிருந்தான். அப்படித்தான் ‘கடவுள் தொடங்கிய இடம்’ நாவலின் நிஷாந் பாத்திரம் உருவாகியது.

கதாநாயகன் கிடைத்துவிட்டான். எழுதவேண்டும் என்ற ஆர்வம் மேலிட்டது. ஆனாலும் சில தடங்கல்கள். அந்தக் காலத்தில் நான் பல அகதிகளைச் சந்தித்து அவர்கள் கதைகளைக் கேட்டு குறிப்பெடுத்துக் கொண்டிருந்தேன். அவற்றையெல்லாம் ஒரு தொகுப்பாக வெளியிட வேண்டும் என்பது ஆசை. போகப்போக வேலை பெரிதாகிக்கொண்டே போனது. இதைத் தனியொருவர் செய்ய முடியாது, ஒரு குழுவாகச் செய்ய வேண்டும் என்று தோன்றியது. அந்தத் தடுமாற்றத்தில் இருந்தபோது ஒரு கதை என்னிடம் வந்தது.

ஈழத்துப் போரின்போது அங்கே மாஜிஸ்ட்ரேட் ஆக கடமையாற்றிய ஒருவர் உயிருக்குப் பயந்து ஜேர்மனிக்குத் தப்பியோடி அங்கே அகதியாகப் பதிவு செய்தார். மாதா மாதம் அவருக்கு அகதிப்பணம் கிடைத்தது. அதிலே ஒரு பகுதியைத் தன் செலவுக்கு வைத்துக்கொண்டு மீதியை ஈழத்தில் அவதியுறும் சொந்தங்களுக்கு அனுப்பினார். ஒருநாள் பக்கத்து நாடான ஹொலாந்துக்குப் போனார். அங்கே கெடுபிடிகள் குறைவு. தன்னை அகதியாக அங்கேயும் பதிவு செய்தார். அவர்கள் உடனேயே அவருக்கு அகதிப் பணமாக 1000 கில்டர் கொடுத்தார்கள். அதன் பின்னர் அவர் ஒவ்வொரு மாதமும் ஹொலாந்துக்குப் பயணம் செய்து அகதிப் பணத்தைப் பெற்றுக்

கொண்டு ஜேர்மனிக்குத் திரும்பிவிடுவார். அவர் தன் நண்பர்களிடம் பெருமையாக இப்படிச் சொல்வார். 'எனக்கு ஒரு நாடு கிடையாது. ஆனால் நான் இரண்டு நாடுகளுக்கு அகதி.' என்னை அதிரவைத்த கதை இது. உடனேயே தீர்மானித்தேன். தொகுப்பைப் பின்னர் பார்த்துக்கொள்ளலாம். அகதிகளின் பயணத்தை ஒரு குறுக்கு வெட்டுத் தோற்றம் கிடைக்கும் விதமாக நானே எழுதலாம் என முடிவு செய்தேன். அப்படிப் பிறந்ததுதான் 'கடவுள் தொடங்கிய இடம்' நாவல்.

இந்த நாவலின் நாயகன் பெயர் நிஷாந். சறுக்கு வண்டியிலிருந்து விழுந்த சிறுவனின் ஞாபகமாக அவனை உருவாக்கினேன். இலக்கை நோக்கிப் பயணிப்பவன். தடங்கல்களை எதிர்கொள்பவன். நிதான மானவன். அச்சமில்லாதவன்.

முழு நாவலையும் படித்த அமெரிக்காவின் ராலேயில் வசிக்கும் இசையமைப்பாளர் ராஜன் சோமசுந்தரம் சொன்னது இன்னும் பொருத்தமாக இருந்தது. 'இசையில் ஆதார சுருதியை ஷட்ஜம் என்று அழைப்பார்கள். அதற்கு மிக அருகில் வந்துவிட்ட, ஆனால் இன்னும் நிறைவை அடையாத சுவரத்தை நிஷாதம் என்று சொல் வார்கள். நிஷாதம் என்றால் பண்படாத என்ற பொருள் மட்டுமல்ல; பண்படுதலை நோக்கிய பயணத்தில் இறுதியில் இருப்பது என்ற பொருளும் வருகிறது. விடியலை நோக்கி பயணப்படும் இளைஞனுக்கு நிஷாந் என்று பெயரிட்டது எவ்வளவு பொருத்தம்!'

இந்த நாவல் எழுதியதால் எனக்கு ஏற்பட்ட மகிழ்ச்சியையும் சொல்லி முடித்துவிடலாம். ஓர் எழுத்தாளனுக்குக் கிடைக்கும் ஆகக்கூடிய மகிழ்ச்சி எது? பணம் அல்லது புகழாக இருக்கலாம். வாசகர்களின் ஆராதனை அல்லது உலகளாவிய விருதுகள் என்றும் சொல்லலாம். என்னுடைய மகிழ்ச்சி அப்படியானதல்ல. ஓர் எழுத்தாளன் கற்பனையில் ஒன்றை எழுதிவிடுகிறான். அவனுடைய வாழ்நாள் காலத்திலேயே அவன் கற்பனையில் எழுதியது நிசமாகிறது. அது எத்தனை மகிழ்ச்சியளிக்கும்?

கனடாவில் கிடைக்கும் உணவான 'மிதிவெடி' பற்றி நாவலில் எழுதியிருப்பேன். மிதிவெடி என்பது ஈழத்தின் அதிஉக்கிரமான போர்க்காலத்தை நினைவூட்டுவது. அது பற்றி வேறு இடத்திலும் பதிவுசெய்திருக்கிறேன். 3400 வருடங்களுக்கு முன்னர் எகிப்தில் அடிமைகளாக வதைபட்ட யூதர்கள் விடுதலை பெற்ற நாளை இன்றைக்கும் புளிக்க வைக்காத அப்பத்தை ஏழுநாள் உண்டு விரதம் காத்து நினைவுகூருவார்கள். அதுதான் அவர்களின் பாஸ்கா

கொண்டாட்டம். அதே மாதிரி தமிழர்களும் வருடத்தில் ஏழு நாட்கள் தமிழின அழிப்பை நினைவுகூர வேண்டும் என எழுதினேன். அது என் வாழ்நாளிலேயே நிறைவேறிவிட்டது.

கனடாவின் ஒன்ராறியோ அரசு 6 மே 2021 அன்று ஏகமனதாக ஒரு சட்டத்தை நிறைவேற்றியுள்ளது. இனிவரும் வருடங்களில் மே 12–மே 18 தமிழினப் படுகொலை அறிவூட்டல் வாரமாக நினைவு கூரப்படும்.

இந்தச் சட்டம் கொடுத்த மகிழ்ச்சிக்கு அளவே இல்லை. எழுத்தாளனாக எனக்கு வேறென்ன வேண்டும்?

✳

நூற்றில் ஒருவர்

நான் அந்த அறைக்குள் நுழைந்தபோது ஏற்கனவே 25 இளம் ஆண்களும் பெண்களும் அங்கே குழுமியிருந்தனர். அது ரொறொன்ரோ பல்கலைக்கழகத்தின் தொலைபேசி அழைப்பு மையம். ஆங்கிலத்தில் telemarketing centre என்றுசொல்வார்கள். அங்கே கூடியிருந்தது, வயது 19, 20 மதிக்கக்கூடிய, ரொறொன்ரோ பல்கலைக்கழகத்தில் படிக்கும், தன்னார்வத்தொண்டர்கள். தொலைபேசிமூலம் ரொறொன்ரோ பல்கலைக்கழகத்துக்கு நன்கொடை திரட்டுவதற்காக வந்திருந்தனர்.

அன்றைய தினம் இவர்கள் வேலை தமிழ் இருக்கைக்கு நிதிசேர்ப்பது. ஏற்கனவே மேற்பார்வையாளர் அவர்களுக்குத் தமிழ் இருக்கை பற்றி கூறியிருந்தார். நான் தொண்டர்களைத் தமிழ் இருக்கை சார்பாக வரவேற்று, தமிழ் இருக்கையின் முக்கியத்துவம் பற்றிச் சுருக்கமாகக் கூறி, அன்றைய நாள் வெற்றி பெற வாழ்த்தினேன். அவர்கள் சேகரிக்கும் ஒவ்வொரு டொலரும் தமிழ் இருக்கைக்குப் போய்ச்சேரும். தமிழின் வெற்றியில் அவர்களும் பங்காளர்களாக இருப்பார்கள் என்று அவர்களை உற்சாகப்படுத்தினேன்.

அவர்களுக்கு முன்னால் கணினித்திரை இருந்தது. தலையில் மாட்டிய ஒலிவாங்கி மூலம் வாடிக்கையாளர்களுடன் உரையாடல் களைத் தொடங்கினர். கம்புயூட்டர் திரையில் ஆயிரக்கணக்கான பெயர்கள் காணப்பட்டன. அவை எல்லாம் ரொறொன்ரோ பல்கலைக் கழகத்தில் கற்ற பழைய மாணவர்களின் பெயர்கள். அவர்களை ஒவ்வொருவராக அழைத்து தமிழ் இருக்கைக்கான நிதிக் கோரிக்கையை வணக்கத்துடனும், மரியாதையுடனும் வைத்தனர்.

அழைப்பாளர்களுக்கு நல்ல பயிற்சி கொடுத்திருப்பது தெரிந்தது. அவர்களுக்குப் பலவிதமான பதில்கள் கிடைத்தன. சிலர் 'நன்றி, இன்னொரு முறைப் பார்க்கலாம்' என்றனர். சிலர் தொலைபேசியை ஆரம்பத்திலேயே ஈவிரக்கமில்லாமல் துண்டித்தார்கள். சிலர் 'நல்லமுயற்சி, வாழ்த்துகள்' என்றனர். இன்னும் சிலர் விவரங்களைத் தெரிந்துகொண்டு அடுத்தமுறை அழைக்கச் சொன்னார்கள்.

மற்றொருவர் 'நன்கொடை வழங்கவிருப்பம் ஆனால் தற்சமயம் வசதி இல்லை' என்று துக்கத்துடன் சொன்னார்.

ஒருவர் 'உங்களுக்கு வேறு வேலை இல்லையா?' என்றார். இளம்பெண் அந்த வார்த்தைகளால் தடுமாறாமல் இப்படிப் பதில் கூறினார். 'வேலை இருக்கிறது, ஐயா. நான் ரொறொன்ரோ பல்கலைக்கழக மாணவி. இன்று ஐந்து மணி நேரம் தமிழ் இருக்கைக்கு நிதிசேர்க்கும் முயற்சியில் தொண்டராக உதவுகிறேன். நாளைக்கு இயற்பியல் குவாண்டம் கோட்பாடுகள் பற்றி நான் ஆராய்ச்சிக் கட்டுரைச் சமர்ப்பிக்க வேண்டும். ஆனாலும் இதற்காக நேரம் ஒதுக்கி இதை ஒரு சேவையாகச் செய்கிறேன். என் தாய்மொழி வேறு. எனக்குத் தமிழ் எழுதப் பேசத்தெரியாது. தமிழ் என்று ஒரு மொழி இருப்பதே எனக்கு இரண்டு நாள் முன்னர்தான் தெரியும். 2500 வருடங்கள் வாழ்ந்த பழமையான ஒரு மொழிக்கு தமிழ்இருக்கை கிடைப்பது எத்தனை உயர்வானது. கொண்டாடப்பட வேண்டியது அல்லவா? உங்கள் தாயார் பேசியமொழி. உங்கள் முன்னோர்கள் 2500 வருடங்களாகப் பாதுகாத்து உங்களுக்கு இந்த மொழியைத் தந்திருக்கிறார்கள். இந்தச் சங்கிலி உங்களுடன் அறுந்து போக வேண்டுமா? அடுத்த சந்ததிக்கு மொழியைக் கடத்துவது உங்கள் கடமை அல்லவா? ஓர் இருக்கை அமைந்தால் உங்களுக்குத்தானே பெருமை. உங்கள் நேரத்துக்கு நன்றி' என்று சொல்லிவிட்டு டெலிபோனை அணைத் தார். அவருடைய உணர்ச்சிவேகமும், அறிவும், ஊக்கமும் என்னை ஆச்சரியப்படவைத்தன.

தொண்டர்கள் கணினித் திரைவரிசைப்படி வாடிக்கையாளர் களை அழைத்துப் பேசினர். 15 நிமிடங்கள் ஓடிவிட்டன. ஒரு நன்கொடையும் கிடைத்தபாடில்லை. 25 டெலிபோன்களிலிருந்து அதுவரை 100 தொலைபேசி அழைப்புகள் போயிருக்கலாம். எனக்கு ஏமாற்றமாக இருந்தது. அப்பொழுது ஒரு தொண்டர் கையைத் தூக்கினார். அதன்பொருள் ஒரு நன்கொடை கிடைத்துவிட்டது. நூறில் ஒருவர்தான் தேறினார்.

அதைத் தொடர்ந்து பத்துநிமிடத்தில் இன்னொரு கை உயர்ந்தது. மேலும் 20 நிமிடங்கள் ஓடின. இன்னொருகை உயர்ந்தது. அவர்கள் ஒவ்வொருவரிடமும் கைகுலுக்கி வாழ்த்தினேன். இவர்களுக்கும் தமிழுக்கும் என்ன தொடர்பு? தமிழ் வாழ்ந்தால் என்ன, கெட்டால் என்ன? இவர்களுக்கு என்ன வந்தது? இவர்களின் சிரித்த முகமும், தொண்டும், தியாகமும், உழைப்பும், விடாப்பிடியும் என்னை அசர வைத்தன.

சேவையில் ஈடுபட்ட 25 தொண்டர்களில் ஒருவர்கூட தமிழர் இல்லை. ஒருவர் இத்தாலியர். மற்றவர் சீனாவில் பிறந்தவர். இன்னொருவர் ஜமாய்க்காவிலிருந்து படிக்கவந்தவர். அன்று இவர்கள் எல்லோரும் தமிழுக்காகப் பாடுபட்டார்கள். குவாண்டம் இயற்பியல் கோட்பாடுகள் பற்றி ஆராய்ச்சிக் கட்டுரைச் சமர்ப்பிக்க இருக்கும் ரஸ்யப் பெண் தமிழுக்காக அவருடைய ஐந்துமணி நேரத்தைச் செலவிட்டார். ஒருவரும் அவரை வற்புறுத்தவில்லை. யோசித்துப் பார்த்தால் அவர்தான் நூற்றில் ஒருவர்.

✳

தடங்கல்

நாற்பது வருடங்களுக்கு முன்னராக இருக்கும் என நினைக்கிறேன். ஒரு நீல நிற வான்கடிதம் இந்தியாவிலிருந்து எனக்கு வந்தது. அதுவே எனக்கு முதல் வந்த ஒரு வான்கடிதம். அப்படி எழுத எனக்கு யாருமே இல்லை. அந்தக் கடிதம் எழுதியது கி.ரா என்பதை அறிய ஆச்சரியமாக இருந்தது. மூன்று மாதத்துக்கு முன்னர் நான் அவருக்கு ஒரு கடிதம் எழுதி அத்துடன் என்னுடைய ஒரு சிறுகதையையும் அனுப்பியிருந்தேன். அதற்குப் பதில்தான் இது. ஞாபகத்திலிருந்து அவர் எழுதிய கடிதத்தின் சாராம்சம் இதுதான்.

'வெளிநாட்டுக்கு கடிதம் எழுதுவது என்றால் முதல் பிரச்சினை கடித உறைதான். எங்கேயெல்லாமோ அலைந்து இதைப்பெற்று எழுதுகிறேன். உங்கள் கடிதம் கிடைத்தது. நீங்கள் நல்லாய் எழுதுகிறீர்கள். 'வையன்னா கானாவின்' ரசனையும் டிகே சியின் ரசனையும் ஒரே மாதிரித்தான்.' இப்படியெல்லாம் எழுதியிருந்தார். என் எழுத்துக்குக் கிடைத்த முதல் ஆசீர்வாதம் என இதை எடுத்துக் கொண்டேன்.

நான் ஆப்பிரிக்காவில் வேலை கிடைத்துப் போன பின்னர் எழுதுவதோ, படிப்பதுவோ நின்றுவிட்டது. அவ்வப்போது விடுமுறையைக் கழித்துவிட்டு வீட்டுக்குத் திரும்பும்போது தமிழ் புத்தகங்கள் வாங்கிச் செல்வேன். கி.ராவினுடைய புத்தகங்களைத் தொடர்ந்து வாசித்தேன். ஒருமுறையாவது அவரைச் சந்திக்க வேண்டும் என நினைப்பேன். அது நிறைவேறவேயில்லை.

ஒரு தடவை இந்தியா போயிருந்தபோது வாடகைக் கார் பிடித்தோம். மனைவி சிதம்பரம் கோயிலுக்குப் போகவேண்டும் என்றார். காரை ஓட்டி வந்தவர் சிதம்பரத்துக்குப் போகும் வழியில் கி.ராவைப் பார்க்கலாம் என்று சொன்னார். நல்ல யோசனையாகப் பட்டது. கி.ராவுக்கு அறிவித்துவிட்டுப் போவதுதான் முறை, ஆனால் தொலைபேசி எண் தெரியாது. கையிலே முகவரி இருந்ததால் ஒருவிதப் பிரச்சினையும் இல்லாமல் கி.ரா வீட்டுக்குப் போய்ச் சேர்ந்தோம். அவர் வீட்டிலே இருந்தார். ஒல்லியாக, சட்டை இல்லாமல் படங்களில் இருப்பது போலவே காட்சியளித்தார்.

என்னை அவருக்குத் தெரியவில்லை. என் பெயரைச் சொல்லி நான் கடிதம் எழுதியதையும் அவர் பதில் போட்டதையும் சொன்னேன். உடனேயே புரிந்துகொண்டார்.

அவருடன் பேசுவது இயல்பாகவே வந்தது. அவருக்குப் புதிய விசயங்களைத் தெரிந்துகொள்வதில் ஆர்வம் இருந்தது. பேச்சு எங்கே யெல்லாமோ போனது. ஆப்பிரிக்காவில் மரங்கள் பொதுவுடமை. யாருடைய மரத்திலும் யாரும் பழம் பறிக்கலாம் என்றேன். உடனேயே உற்சாகமாகிவிட்டார். ஒருமுறை எங்கள் வீட்டு பப்பாளி மரத்தில் பழங்கள் தயாரானவுடன் இன்னொருவர் வந்து பறித்துப் போனதைச் சொன்னேன். 'அது உண்மைதானே. நிலங்களும், மரங்களும் பொதுவானவை. மனுசன் வேலி போட்டுத் தனக்கென பிரித்துக்கொள்கிறான்' என்றார்.

இன்னொரு விசயம் சொன்னதும் திடுக்கிடுவார் என நினைத் தேன், ஆனால் மனம் மகிழ்ந்தார். ஆப்பிரிக்காவில் பெண் மண முடிக்கும்போது ஆண் அவளுக்கு விலை கொடுப்பதைச் சொன்னேன். ஒரு பெண்ணுக்கு 10, 20 ஆடுகள் கொடுத்து ஆண் மணமுடிப்பான். பெண்ணுக்கு ஏற்கனவே ஒரு குழந்தை இருந்தால் அவளுக்கு மதிப்பு அதிகம் என்றேன். அவருக்குப் பெரும் மகிழ்ச்சி. 'அப்படியா, ஏன்?' என்றார். பெண்ணின் வேலை அதிக பிள்ளைகளைப் பெற்றுக் கொடுப்பது. அதிக பிள்ளை என்றால் அதிக வருமானம். மணமுடித்த பின் பெண் கருவுறுவது நிச்சயமில்லை. ஏற்கனவே குழந்தை இருந்தால் கருவுறும் சாத்தியம் அதிகம்.' இப்படி எங்கள் சம்பாசணை சுவாரஸ்யமாகப் போனது.

மதிய உணவு சாப்பிட்டுவிட்டுத்தான் போகவேண்டும் என்றார். கணவதி அம்மாவும் வந்து சமையல் ஆகிவிட்டது என்றார். ஆனால் கணவனும் மனைவியும் ஒரு வார்த்தை பேசியதை நாங்கள் பார்க்க வில்லை. சைகை காட்டவில்லை. ஆனால் எப்படியோ கணவனின் நினைப்பை அறிந்து எங்களுக்கும் சேர்த்து சமையல் செய்துவிட்டார். நாங்கள் ஹொட்டலிலும், உணவகங்களிலும் சாப்பிட்டு வந்தோம். முதன் முதலாக ஒரு வீட்டிலே எங்களுக்கு உணவு கிடைத்தது. கணவதி அம்மா பரிமாறினார். சோறும், கத்தரிக்காய் கூட்டும், ரசமும் என்று ஞாபகம். சுவைத்து சாப்பிட்டோம்.

'கார் சாரதி வந்துவிட்டார், புறப்படுகிறோம். உங்கள் அன்பை மறக்க மாட்டோம்' என்று கூறினோம். சாரதியா? என்றார். ஆமாம், ஓட்டுநர் என்றும் அழைப்போம் என்றேன். 'இலங்கையில் எப்படி யெல்லாமோ அழைக்கிறீர்கள், நாங்கள் கற்றுக்கொள்ள வேண்டும். இங்கே டிரைவர் என்றே பழகிவிட்டது' என்றார். இருவரிடமும் நன்றி கூறி விடைபெற்றுக்கொண்டோம்.

அதன் பின்னர் தொடர்பே இல்லாமல் போய்விட்டது. 2016ஆம் ஆண்டு கனடா தமிழ் இலக்கியத் தோட்டம் வழங்கிய வாழ்நாள் சாதனையாளர் விருதை அவருக்கு அறிவிப்பதற்காக அவரைத் தொலைபேசியில் அழைத்தேன். அவரால் கனடா வரமுடியவில்லை என்பதால் விழாவைத் தமிழ்நாட்டிலேயே ஒழுங்குசெய்து விருதையும் பணப்பரிசையும் அனுப்பி வைத்தோம்.

சமீபத்தில் கொரோனா பேரிடர் வந்து உலகம் முழுவதையும் மூடிவிட்டபோது திடீரென்று சூம் கூட்டங்கள் அதிகரித்தன. விஷ்ணுபுரம் இலக்கிய வாசகர் வட்டம் கி.ராவுடனான ஒரு நேர் காணலை மெய்நிகர் கூட்டமாக ஒழுங்கு செய்தது. ஜெயமோகனுடன் பல நண்பர்களும் எழுத்தாளர்களும் வாசகர்களும் உலகம் எங்கு மிருந்து கலந்துகொண்டு கி.ராவுடன் உரையாடினார்கள். இந்தக் கூட்டம் 2020 டிசெம்பரில் நடந்தது. இருநூற்றுக்கும் அதிகமானோர் கலந்துகொண்டனர். கனடாவில் இருந்து நானும் பங்குபற்றினேன். என்னுடைய கேள்வி முறை வந்ததும் நான் கேட்டது இதுதான்.

ஐயா என்னை உங்களுக்கு ஞாபகம் இருக்கும். நான் இலங்கையைச் சேர்ந்தவன். பல வருடங்களுக்கு முன்னர் உங்களுக்குக் கடிதம் எழுதி நீங்களும் பதில் போட்டீர்கள். உங்கள் வீட்டுக்கு நான் மனைவியுடன் வந்து மதிய உணவு சாப்பிட்டிருக்கிறோம். என்னுடைய கேள்வி இதுதான். எழுத்தாளர் எழுதிக்கொண்டு போகும்போது சில சமயம் தடங்கல் ஏற்படும். உங்களுக்கு அப்படி ஏற்பட்டிருக்கிறதா? அந்தத் தடங்கலில் இருந்து மீண்டு எப்படி எழுதினீர்கள்?

இந்தக் கேள்விக்கு ஏறக்குறைய 19 நிமிடத்தில் பதில் தந்தார். மறக்கமுடியாத வரலாற்றுப் பதில். அதைச் சுருக்கி என் மொழியில் தருகிறேன்.

நாட்டுப்புறக் கதைகளைச் சேகரிக்கும் போது பால் கதைகள் என்ற வகையில் ஒரு கதையில் ஒரு சம்பவம் சொல்லப்பட்டது. அந்த ஊரிலே பெண்கள் சாயந்திரமானால் ஒரு செம்பிலே தண்ணீர் பிடித்துக்கொண்டு வெளிக்குப் போவார்கள். ராசாவின் மனைவியும் அவர்களுடன் வெளிக்குப் போவார். ராசாவின் மனைவி எப்படி அவர்களுடன் போகக்கூடும் என்று கேட்கக்கூடாது. நாட்டுப்புறக் கதைகளில் அப்படி நடக்கும்.

அந்தப் பெண்கள் பார்த்தார்கள் ராசாவின் மனைவி தங்கத்தால் ஆன அரை முடி அணிந்திருந்தார், அது இருட்டிலே மின்னியது. வைரங்களும், ரத்தினக்கல்களும் பதித்திருந்தபடியால் அப்படி ஜொலித்தது. அதன் அழகில் பெண்கள் மனதைப் பறிகொடுத்தார்கள். அதிலே ஒரு பெண் கணவனிடம் தனக்கும் அப்படி ஒன்று வேண்டும்

என அடம்பிடித்தார். புருசனும் சரியென்று பொற்கொல்லரை வரவழைத்தார். அவர் அளவு எடுக்கவேண்டும் என்று தந்திரம் செய்து பெண்ணைக் கணக்குப்பண்ணிவிட்டார். இந்தக் கதையில் ஓர் இடத்தில் ‘ஆசாரிப்பயல்’ என்ற வார்த்தை வந்து விழுந்துவிடுகிறது. பொற்கொல்லர்கள் ஆட்சேபித்தார்கள். பத்திரிகை மன்னிப்பு கேட்டது. கதையைத் திரட்டியவர் கழனியூரான். அதை செம்மைப் படுத்தியபோது நான் அந்தச் சொல்லை நீக்கியிருக்கவேண்டும். தவறுதான். பொற்கொல்லர்கள் புரட்சியாக கோசம் எழுப்பியபடி ஊர்வலம் போனார்கள். ‘அவனைத் தொலைக்கணும், ஒழிக்கணும்’ என்றபடி என்னைக் கடந்து போனார்கள். நான்தான் அவன் என்று அவர்களுக்குத் தெரியவில்லை. உண்மையில் அந்த வார்த்தை அப்படி ஒன்றும் மோசமில்லை. முஸ்லிம்களும் ஆசாரிகளும் பேசும்போது கெட்டவார்த்தைகள் பறக்கும். குட்மார்னிங் சொல்வது போலத்தான்.

இந்தக் கலவரத்தைக் கேள்விப்பட்டு சுந்தர ராமசாமி என்னைப் பார்க்க வந்தார். அவர் படி ஏறி வந்ததும் நான் கதவைத் திறந்தேன். ‘உங்களைப் பார்க்க பயப்படுகிறவர் மாதிரி தெரியலையே’ என்றார். இப்படியான சம்பவங்கள் எழுத்தாளர் வாழ்வில் நடப்பதுதான் என்று பேச்சை முடித்தார்.

நான் கேட்டது எழுத்து தடங்கல் பற்றி. அவர் சொன்னது எழுத்தாளருக்கு ஏற்படும் தடங்கல்பற்றி. பூ வேண்டும் என்று கேட்டவனுக்கு பூமாலை கிடைத்ததுபோல ஆகிவிட்டது.

ஆன் செக்ஸ்டன் என்ற அமெரிக்க கவிஞர் சொல்வார் ஒரு வார்த்தையையும் விரயம் செய்யக்கூடாது என்று. ஆலமரத்தைப் பற்றி கவிதை எழுத வேண்டும். சரிவரவில்லை என்றால் ஆலமரத்தை வெட்டி அந்த மரத்தில் ஒரு கதவு செய்யலாம். அதுவும் சரிப்பட வில்லை என்றால் ஒரு நாற்காலி செய்யமுடியும். அதுவும் பிழைத்தால் ஒரு குழந்தைப் பொம்மையாவது மிஞ்சவேண்டும் என்பார். கி.ராவும் அதையேதான் செய்வார். வார்த்தைகளை வீணாக்கக் கூடாது, அவற்றைப் பயன்படுத்த வேண்டும் என்பார். நல்ல வார்த்தை, கெட்ட வார்த்தை என்று இல்லை. எல்லாமே நல்ல வார்த்தைதான்.

ஒரு முறை அவர் ஒரு கதை சொன்ன போது வாசகர் ஒருவர் குறுக்கிட்டு கேள்வி கேட்டார். இதே கதையை வேறு மாதிரி சொல்லியிருக்கிறீர்கள், எது சரியான கதை? இன்று சொன்னதா அல்லது முன்னர் சொன்னதா? கி.ரா சொன்னார் எழுத்து என்பது வாய்ப்பாடு அல்ல. அது கற்பனை சார்ந்த விசயம். அது மாறிக் கொண்டேதான் இருக்கும். அது வாய்ப்பாடுபோல இருந்தால் படைப்பாளிக்கு அங்கே என்ன வேலை.

கி.ராவின் இன்னொரு சிறப்பு சுருக்கமாகச் சொல்லி சிக்கலான ஒன்றைத் துல்லியமாக விளக்குவது. கதையிலே இரிசி என்ற வார்த்தை வருகிறது. குழந்தைக்கும் புரியும்படி விரசம் இல்லாமல் எப்படிச் சொல்வது. 'நொங்கை வெட்டினால் மூன்று குழிகளிலும் நொங்கு இருக்கும். குழிகளே இல்லை என்றால்? குழியில்லாத நொங்கு இரிசி.'

பலருக்குத் தெரியாத இன்னொரு ஆச்சரியமான விசயம் இவர் ஆங்கிலத்திலிருந்து தமிழுக்கு மொழிபெயர்த்து புத்தகம் ஒன்று வெளியாகியிருக்கிறது. டில்லியிலிருந்து அவருக்கு ஒரு கடிதம் வந்தது, ஆங்கிலத்திலிருந்து தமிழுக்கு மொழிபெயர்த்துத் தரும்படி. இவர் எழுதினார் தனக்கு ஆங்கிலம் தெரியாது என்று. அவர்கள் விடவில்லை. தொடர்ந்து தொந்தரவு செய்தார்கள். 'ஆங்கிலம் படித்த ஒருவர் புத்தகத்தை வாசித்து உங்களுக்குப் பொருளைச் சொல்லட்டும். நீங்கள் அதை உங்கள் மொழியில் எழுதித் தாருங்கள். அது இலகுவாக மக்களுக்குப் போய்ச் சேரும்' என்றார்கள்.

அப்படியே அவர் செய்து புத்தகம் வெளிவந்துவிட்டது. இது மிகச் சிறப்பான ஏற்பாடாகத் தெரிகிறது. வரிக்கு வரி மொழி பெயர்ப்பது என்பது சரிவராது. கு.அழகிரிசாமி அதைத்தான் விரும்புவார். வசனங்கள் ஒவ்வொன்றும் அந்தந்த இடத்தில் நிற்கும், ஆனால் பொருள் மாறிவிடும். சேக்ஸ்பியருடைய ஹாம்லெட்டில் வரும் புகழ்பெற்ற வசனம் 'there's the rub', 'அதுதான் தேய்ப்பு' என்று மோசமாக மொழிபெயர்க்கப்படும். கி.ராவின் புதிய மொழிபெயர்ப்பு உத்தி நல்லாய்த்தான் இருக்கிறது.

மொழிபெயர்ப்பு என்பது ஒரு கம்பளத்தின் பின்பக்கத்தைப் பார்ப்பது போல. அளவு சரி; அதே நிறங்கள். நூல்களின் எண்ணிக்கை மிகச் சரியாக இருக்கும். ஆனாலும் பின்பக்கம் முன்பக்கம்போல இருப்பதில்லை. கி.ரா செய்தது போல மொழிபெயர்ப்பு இருந்தால் அது மிகச் சிறப்பாக இருக்கும் என்றே படுகிறது.

கி.ராவின் கதைகளில் எனக்கு 'நிலைநிறுத்தல்' மிகவும் பிடிக்கும். அவர் தன்னுடைய கதையைத்தான் சொல்லியிருக்கிறார் என்று நினைக்கத் தோன்றுகிறது. மாசாணம் என்று ஒரு பையன் பஞ்சம் பிழைக்க ஒரு சின்ன ஊருக்கு வருகிறான். வெகுளி. எல்லோருக்கும் அவன் கேலிப்பொருள். கடுமையாக உழைப்பான். மற்றவர்களுடைய கேளிக்கைக்கு கடவுளால் படைக்கப்பட்டவன். அவன் மணமுடித்து பெண்ணைக் கூட்டிக்கொண்டு ஊருக்கு வருகிறான். பெண்சாதி கூட சில நாட்களில் அவனை மதிப்பதில்லை. ஒருமுறை மழை பொய்த்துவிட்டது. ஊரிலே தண்ணீர் இல்லை. உணவு இல்லை. கொடிய பஞ்சம். மாசாணம் ஒரு சங்கல்பம் செய்கிறான். கோயில் வாசலில் போய் உட்கார்ந்து மழை வரும்வரை உண்ணாவிரதம்

என்றான். மூன்று நாள். அவன் அசையவில்லை. இறுதியில் மழை கொட்டுகிறது, ஊராருக்கு அவனில் பெருமதிப்பு ஏற்படுகிறது. அப்படிக் கதை முடிகிறது.

கி.ரா தன் கதையைத்தான் சொல்லியிருக்கிறார். ஆரம்பத்தி லிருந்து அவர் நோயுடன்தான் வாழ்ந்தார். 'உன்னிடம் ஒரு திறமை இருக்கிறது. அதைக் கண்டுபிடி. உன்னை நிலை நிறுத்திக்கொள்' என்பது சேதி. நாங்கள் கலந்துகொண்ட மெய்நிகர் சந்திப்பில் கி.ரா அதைத்தான் சொன்னார். 'சிறுவயதிலேயே நான் நோய் காரணமாக ஆஸ்பத்திரிகளில் கிடந்தேன். இதோ இப்போதும் நான் ஆஸ்பத்திரி கட்டிலில் இருந்துதான் பேசிக்கொண்டிருக்கிறேன்.' இதை அவர் சொன்னது 6 டிசெம்பர் 2020 அன்று. ஐந்து மாதங்கள் கழித்து இறந்துபோனார். கி.ராவின் எழுத்துகளுக்குத் தடையாக இருந்தது அவருடைய உடல்நிலைதான். இந்தத் தடங்கலில் இருந்து அவர் மீண்டு வருவார் என நினைத்தோம். இதுவே கடைசியாக அமைந்து விட்டது.

✽

கடவுளுக்கு வேலைசெய்பவர்

சில மருத்துவ உபகரணங்களை வாங்குவதற்காக நானும் மனைவியும் மருத்துவர் பரிந்துரை செய்த அதே கடைக்குச் சென்றோம். அங்கே வேலை செய்த அத்தனை பேரும் 70 வயதைத் தாண்டியவர்களாக இருந்தார்கள். நத்தை வேகத்தில் நடந்தார்கள். ஆமை வேகத்தில் ஆட்களைக் கவனித்தார்கள். ஒருவருடன் ஒருவர் முகத்துக்குக் கிட்டவந்து ரகஸ்யம் பேசுவதுபோல கதைத்தார்கள். கம்புயூட்டரைத் திறந்து ஒவ்வொரு எழுத்தாகத் தேடித் தேடி குத்தி ஏதோ பதிந்தார்கள். சரி, இன்றைக்கு இங்கே அரைநாள் கழியும் என்று மனதிற்குள் நினைத்தபோது என் பெயரைப் பாதிப் பிழையுடன் உச்சரித்தபடி ஒரு மூதாட்டி தரையைத் தேய்த்தபடி எங்களிடம் வந்தார்.

நான் சீட்டைக் கொடுத்தேன். அதிலே எல்லா விவரங்களும் எழுதியிருந்தன. பேப்பரைத் தூக்கி கண்ணுக்குக் கிட்ட வைத்து படித்தார். மூதாட்டி மெள்ள நகர்ந்து ஒவ்வொரு பொருளாகக் கொண்டுவந்து மேசையிலே வைத்தார். சில பொருட்களைப் பொருத்த வேண்டும்; சிலதைப் பூட்ட வேண்டும். அவற்றை மறுபடியும் உள்ளே எடுத்துச் சென்று இணைத்த பின்னர் மீண்டும் கொண்டுவந்தார். எல்லாம் நிறைவேறி விட்டது. கடைசியில் பில் போடும் வேலை ஆரம்பமானது.

மூதாட்டி கம்புயூட்டரின் முன் உட்கார்ந்து பொருட்களைப் பதியத் தொடங்கினார். பாதியிலே நிறுத்தி என் வாய்க்குக் கிட்ட நகர்ந்து '100 டொலருக்கு மேலே பொருட்கள் வாங்கினால் 20 டொலர் கழிவு' என்றார். நான் பணத்தைக் கட்ட தயாரானேன். அவரோ என்னை உற்றுப் பார்த்தபடி அயராது அமர்ந்திருந்தார். என்னிடம் ஓர் அசைவும் இல்லை. மறுபடியும் சொன்னார் '100 டொலருக்கு சாமான் வாங்கினால் 20 டொலர் கழிவு உள்ளது.' என் மூளை பிரகாசிக்கவில்லை. அப்படியே நின்றேன். பின்னர் என் மனைவியைப் பார்த்து '100 டொலருக்குப் பில் போட்டால் 20 டொலர் கழிவு' என்றார். இது என்ன மந்திர உச்சாடனமா? ஒன்றுமே புரியவில்லை.

இந்த மக்கு மனிதருக்கு 10 தடவை சொன்னாலும் புரியாது என்பது அவருக்கு விளங்கிவிட்டது. இறுதியாக என்னைப் பார்த்து என் வாய்க்குள் ரகஸ்யக் குரலில் சொன்னார், 'உங்கள் பில் 200 டொலரைத் தாண்டிவிட்டது. பில்லை இரண்டாகப் பிரிக்கலாம். அப்போது உங்களுக்கு இரண்டு 20 டொலர் கழிவு கிடைக்கும், மொத்தம் 40 டொலர்' என்றார். முதன்முதலாக என் மூளை திறந்தது. 'அப்படியா, நன்றி' என்றேன்.

பணத்தைக் கட்டிவிட்டு விடைபெறும்போது அவரிடம் கேட்டேன். 'நீங்கள் யாருக்காக வேலை செய்கிறீர்கள்? கம்பனிக் காகவா? வாடிக்கையாளருக்காகவா?

அவர் 'கடவுளுக்காக' என்றார்.

✻

இடம் மாறியது

பிரபஞ்சன் எழுதிய ‘வானம் வசப்படும்’ நாவலில் ஓர் இடம் வரும். ஏழைக் கவிராயர் ஒருத்தர் நீண்ட தூரம் பயணம் செய்து ஆனந்தரங்கம் பிள்ளையைப் பார்க்கப் போகிறார். கவிராயரின் மனைவி வீட்டில் சுகவீனமுற்றுக் கிடப்பதால் அவர் மனது சங்கடப் பட்டாலும் நம்பிக்கையுடன் பிள்ளை அவர்களிடம் செல்கிறார். பிள்ளை வீட்டில் இல்லை, களத்தில் இருக்கிறார் என்று சொல் கிறார்கள். கவிராயர் களத்துக்கே போய்விடுகிறார். அங்கே பார்த்தால் பிள்ளையவர்கள் களத்திலே கொட்டிக்கிடந்த நெல்மணி களை ஒவ்வொன்றாகப் பொறுக்கி கூட்டிச் சேர்த்துக் கொண்டிருந் தார். புலவருக்குத் திக்கென்றது. இவரிடமிருந்து பரிசில் பெறவா இத்தனை தூரம் நடந்து வந்தோம் என உள்ளுக்குள் நினைத்துக் கொண்டார். எனினும் மனதை தேற்றிக்கொண்டுதான் வரும் வழியில் கவனம் செய்த பாடல் ஒன்றை பிள்ளையின் முன் பாடி அதற்குப் பொருளையும் சொல்கிறார். கவிராயருக்கு யாசகம் கேட்டுப் பழக்கமில்லை. கூச்சத்துடன் நிலத்தைப் பார்த்தபடி நிற்கிறார்.

பிள்ளை உடனே பதில் சொல்லவில்லை. அவரை வீட்டுக்கு அழைத்துச் செல்கிறார். பெரிய தட்டிலே பூ, பழம், வெற்றிலை, பாக்கு, பட்டு வஸ்திரத்துடன் பொற்காசுகளாக ஆயிரம் வராகன் பரிசளிக்கிறார். கவிராயர் முகம் பரவசமடைந்து கண்ணீர் துளிர்க்கிறது. அவரைப் பரிசுகளுடன் வண்டியில் ஏற்றி அனுப்பி வைக்கிறபோது பிள்ளை சொல்வார், ‘இப்போதைக்கு ஏழ்மையை இடம் மாற்றியாகிவிட்டது. கவலைப்படாதீரும்.’

பிரபஞ்சன் படைப்புகளில் நான் முதலில் படித்தது இந்த நாவலைத்தான். அது படித்து இன்றைக்கு 15 வருடம் ஆகியிருக்கும். அந்த நாவலில் எனக்குப் பிடித்த வசனம் இதுதான். இன்றுவரை ஞாபகத்தில் நிற்கிறது. ‘ஏழ்மையை இடம் மாற்றியாகிவிட்டது.’ உலகத்திலே ஏழ்மையை ஒழிக்க முடியாது. ஓர் இடத்தில் ஒழித்தால் இன்னொரு இடத்தில் முளைத்துவிடும். இடம் மாற்றத்தான் முடியும்.

John Steinbeck என்ற அமெரிக்க நாவலாசிரியர் எழுதிய The Grapes of Wrath நாவலிலும் இப்படி ஓர் இடம் வரும். இந்த உலகில் செல்வந்தர்கள் வருவார்கள், போவார்கள். ஆனால் ஏழைகள் நிரந்தரமானவர்கள். அவர்களை ஒழிக்க முடியாது. இந்த இரண்டு நாவல்களிலும் காணப்பட்ட ஒற்றுமை என்னை வியப்படைய வைத்தது.

பிரபஞ்சனைப் பற்றி அந்தக் காலம் தொட்டு எனக்குள் பெரிய மதிப்பிருந்தது. ஆனால் புத்தக அட்டையில் காணப்படும் அவருடைய சதுரக் கண்ணாடி படத்தைப் பார்க்கும்போது ஓர் அச்சம். கடுமையானவராக இருப்பார் என்றே தோன்றியது. நான் அவரைச் சந்தித்தது கிடையாது. சமீபத்தில் உதயன் விழாவில் கலந்துகொள்வதற்காக ரொறொன்ரோ வந்திருந்தபோது அவரைச் சந்திக்க முடிந்தது. ஸ்டைலாக தொப்பி அணிந்து, கறுப்புத்தோல் அங்கி மாட்டி வந்த அவர் அப்படியே என்னைக் கட்டிப் பிடித்துக் கொண்டார். இருபது வருடமாகப் பிரிந்திருந்த நண்பர்கள் சந்தித்தது போல அது இருந்தது. இரண்டு நிமிட நேரத்துக்குப் பிறகு அவர் பேசப் பேச நானும் நண்பர்களும் நிறுத்தாமல் சிரித்தபடியே இருந்தோம். அவர் 15 நிமிடத்துக்கு ஒரு முறை வெளியேபோய் சிகரெட் பிடித்துவிட்டு வருவார். நாங்கள் கொஞ்சம் ஓய்வெடுப் போம். மறுபடியும் உள்ளே வந்து அவர் பேசத் தொடங்கியதும் சிரிக்கத் தொடங்குவோம்.

பேச்சு 'வானம் வசப்படும்' நாவலைப்பற்றித் திரும்பியது. அது சாகித்ய அகாதமி பரிசு பெற்ற சரித்திர நாவல். அதை எழுதுவதற்கு எப்படித் தூண்டுதல் கிடைத்தது. சரித்திர நாவல் என்றால் வரலாறு படிப்பதில் நிறைய நேரம் போய்விடும். ஆராய்ச்சிக்குறிப்புகள் எழுதி வைக்கவேண்டும். எப்படி அந்த நாவலை எழுதி முடித்தார் எனக் கேட்டோம். அவர் ஆனந்தரங்கம்பிள்ளை நாட்குறிப்பை படித்திருக்கிறார். அப்போதே விதை விழுந்துவிட்டது. அந்த நாட்குறிப்பு வித்தியாசமானதாக இருக்கும். 18ஆம் நூற்றாண்டு பேச்சுத் தமிழுக்கு ஒரே உதாரணம் அந்த டைரிதான். பல இடங் களில் தமிழா அல்லது வேறு மொழியா என ஐயம் தோன்றிவிடும். அந்த டைரியை முழுக்கப் படித்து, புரிந்து அது சம்பந்தமான வரலாற்று நூல்களையும் ஆராய்ந்து முடித்த பின்னரே நாவல் சாத்தியமானது. பத்து வருடத்து உழைப்பு என்று கூறினார்.

அந்த நாவலில் பானு என்றொரு தாசி வருவாள். மாதொரு பாகன் செட்டியார் ஏற்பாடு செய்த விருந்து ஒன்றில் அலாரிப்பு

ஆடிய பின்னர் பதம் ஆடுவாள். 'ஆறுதலாரடி? அந்த மாதொரு பாகனைத் தவிர வேறு எனக்கு, ஆதரவாரடி?' என்று தொடங்கும் பல்லவியுடனான அருமையான பாடல். இதை யார் எழுதினார்கள் என்று கேட்டதற்கு அவர் தானே எழுதியதாகக் கூறினார். 'செட்டிக்கு எத்தனை நீளமடி மட்டிச் செட்டிக்கு எத்தனை நீளமடி?' என்று ஒரு சிருங்காரப் பாடல். அந்தக் காலத்தில் அதைப் படித்து நான் அடக்கமுடியாமல் சிரித்திருக்கிறேன். அதை யார் எழுதினார்களெனக் கேட்டேன். அதுவும் அவர்தான். பல வருடங் களாக என் மனதில் கிடந்த சந்தேகத்தை அன்றுதான் என்னால் போக்க முடிந்தது.

பிரபஞ்சனிடம் எழுத்துத் துறைக்கு எப்படி வந்தீர்கள்? எந்த வயதில் எழுதத் தொடங்கினீர்கள்? என்று கேட்டேன். நண்பர் ஜேசுதாசன் வீட்டு இரவு விருந்துக்கு அவர் வந்திருந்தார். அதே விருந்துக்கு நானும் அழைக்கப்பட்டிருந்தேன். பிரபஞ்சன் வெளியே சென்று சிகரெட் பிடித்துவிட்டுத் திரும்பினார். பெரிய கதை பிறக்கப் போகிறது என்று எல்லோருக்கும் தெரிந்தது. விருந்துக்கு வந்திருந்த ஆண்கள் பெண்கள் குழந்தைகள் எல்லோரும் அவரைச் சூழ்ந்து கொண்டார்கள்.

பிரபஞ்சனிடம் காணப்பட்ட முக்கியமான வித்தியாசம் அதுதான். அவர் ஓர் எழுத்தாளரைப் போலவே இல்லை. அந்த வீட்டுச் செல்ல நாய்களுடன் விளையாடினார். குழந்தைகளை இழுத்து வைத்துப் பேசினார். பெண்களுடன் சினிமா பற்றியும், புதுமுக நடிகைகள் பற்றியும் தொலைக்காட்சி தொடர்கள் பற்றியும் பேசினார். அவர்கள் எல்லோரும் ஒருவர் தவறாமல் அவர் பேச்சில் மயங்கியிருந்தது தெரிந்தது. என்னுடைய மனைவி அடுத்தநாள் காலை சொன்னார்: 'பிரபஞ்சன் பெரிய எழுத்தாளர். ஆனால் என்ன நல்ல மனுசன். அவருக்கு எல்லாம் தெரிந்திருக்கிறது. சுவாரஸ்யமாக வேறு பேசுகிறார். பெரிய அறிவு ஜீவிபோல முகத்தைத் தூக்கி வைத்துக்கொண்டு பயமுறுத்தவில்லை. எல்லோரையும் சக மனுசராகப் பார்க்கிறார்.' என் மனைவி தன் மனதில் தொகுத்து வைத்திருந்த எழுத்தாளர் பிம்பத்தை பிரபஞ்சன் போட்டு உடைத்து விட்டார். என் மனைவியிடமிருந்து ஒரு நற்சான்றிதழ் லேசாகப் பெறக்கூடியது அல்ல. நாற்பது வருட காலமாக நான் அதற்காகத்தான் முயன்றுகொண்டிருக்கிறேன்.

சிகரெட்டை முடித்துவிட்டு பிரபஞ்சன் உள்ளே நுழைந்தார். அவருடைய மதுக்கோப்பையை யாரோ நிறைத்திருந்தார்கள். 'எனக்குப் பதினாறு வயதானபோது அப்பா ஒரு நல்ல நோட்டுப்

புத்தகம் வாங்கிக் கொடுத்தார். அதன் பளபளப்பான ஒற்றைகளைக் கிழித்து காதல் கடிதங்கள் எழுதத் தொடங்கினேன். அப்படிக் காதல் கடிதங்கள் எழுதியே அரைவாசி நோட்டுப் புத்தகம் முடிந்து போனது. காரணம் நான் அப்பொழுதெல்லாம் ஒரு கொள்கை வைத்திருந்தேன். எந்தப் பெண்ணைப் பார்த்தாலும் ஒரு காதல் கடிதம் கொடுக்க வேண்டும் என்று. ஒரு பெண் பள்ளிக்கூடத்துக்குப் போய்விட்டு வீட்டுக்குத் திரும்பும் வழியில் கோயிலை ஒருதரம் சுற்றிவிட்டு வீட்டுக்குப் போவாள். இவளை எப்படியோ தவறவிட்டு விட்டேன். இவளிடம் கடிதம் கொடுப்பதற்குச் சரியான இடம் கோயில்தான் என்று தீர்மானித்தேன். நோட்டுப் புத்தகத்தில் பக்கங் களைக் கிழித்து ஆறு பக்கக் காதல் கடிதம் ஒன்றை எழுதினேன். ஐந்தே முக்கால் பக்கம் அவளை வர்ணித்தது. மீதியில் என் காதலைச் சொல்லியிருந்தேன்.

கோயிலில் அவள் சுற்றியபோது நானும் சுற்றினேன். முதல்நாள் கடிதம் கொடுப்பதற்குப் போதிய தைரியம் வரவில்லை. இரண்டாவது நாள் அவள் பின்னாலேயே போய் பின்னுக்கு நின்றபடி கடிதத்தை நீட்டினேன். அவள் பெற்றுக்கொண்டாள். அதுவே பெரிய வெற்றி. வழக்கம்போல என்னுடைய முகத்தில் எறியவில்லை. துணிச்சலாகக் கடிதத்தைப் பெற்றுக் கொண்டவளுக்கு அதை ஒளித்து வைக்கும் சாமர்த்தியம் இல்லை. பிடிபட்டுப் போனாள். கடிதத்தைத் தூக்கிக் கொண்டு அவளுடைய அப்பா என் வீட்டுக்கு வேகமாக வந்ததை நான் பார்த்துவிட்டேன். நான் அதே வேகத்துடன் வீட்டைவிட்டு வெளியேறி முதல் வந்த பஸ்ஸைப் பிடித்து காசு தீருமட்டும் பயணம் செய்து கடைசி பஸ் நிறுத்தத்தில் இறங்கி நின்றேன். இருட்டிக் கொண்டு வந்தது, போக இடமில்லை. எப்படியோ சித்தப்பா தேடி அங்கே வந்து என்னைப் பிடித்து திரும்ப வீட்டுக்கு அழைத்துப் போனார்.

என்னை நிற்கவைத்து ஆறுபக்கக் கடிதத்தையும் அப்பா வாசித்து முடித்தார். இந்தப் பூலோகத்தில் நான் அனுபவித்த அவமானத்தில் அதனிலும் கீழான ஒன்று என் வாழ்கையில் பின்னர் நடக்கவில்லை. கடிதத்தை வாசித்து முடித்த பிறகு அப்பா என்ன சொல்லப் போகிறார் என்று ஆவலோடு காத்திருந்தேன். அவர் சொன்னார், 'இவ்வளவு நல்லாய் எழுதுறாயே. இதுவெல்லாம் உனக்குத் தேவையா?' அவ்வளவுதான். என்னைத் தண்டிக்கவில்லை, என் எழுத்துத் திறமையைப் பாராட்டினார். எனக்குள் ஏதோ படைப்பாற்றல் இருக்கிறது என்று என்னை உணரவைத்த தருணம் அதுதான்.

‘உங்களுடையது காதல் திருமணம்தானா?’ இது அடுத்த கேள்வி. ‘எனக்கு வீட்டிலேதான் பெண் பார்த்தார்கள். சொந்தத்துக் குள்ளே. அப்பா இதுதான் பெண் என்றார். நான் சரி என்றேன். உடனேயே மணமுடித்து வைத்துவிட்டார்கள். எனக்கு வேலை இல்லை. நானா கல்யாணம் வேணும் என்று கேட்டேன். திருமணம் ஆன பின்பு அப்பா என் குடும்பத்தையும் சேர்த்துப் பார்த்துக் கொண்டார். நான் எழுத்து வேலையில் மும்முரமானேன்.’

கனடா வந்த பின்னர் அவருடைய மனைவியிடம் பேசினாரா என்று கேட்டேன். வந்த மறுநாளே தொலைபேசியில் அழைத்த தாகவும், மறுபடியும் அடுத்தநாள் காலை (சனிக்கிழமை) பேசப் போவதாகவும் சொன்னார். இரவு நடுநிசியாகிவிட்டது. விருந்தினர் கள் ஒவ்வொருவராகக் கிளம்பினார்கள். நானும் மனைவியும் விருந்துக்கு அழைத்த தம்பதியினரிடம் நன்றி கூறிவிட்டுப் புறப் பட்டோம். பிரபஞ்சனிடம் மூன்று நாட்கள்தான் பழகியிருந்தேன். ஆனால் நீண்ட வருடங்களாக அவரைத் தெரியும் என்பதுபோல ஓர் உணர்வு. அவரிடம் விடை பெற்றோம். இரண்டு கைகளையும் விடாமல் பற்றிக்கொண்டு விடை தந்தார்.

விருந்து நடந்தது வெள்ளிக்கிழமை இரவு. ஒருநாள் கழித்து பிரபஞ்சனுக்கு ஒரு தொலைபேசி வந்தது. பிரபஞ்சனின் மனைவி பாண்டிச்சேரி ஆஸ்பத்திரியில் இறந்துவிட்டார். பிரபஞ்சன் அந்தச் செய்தியை யாருடனும் பகிர்ந்துகொள்ளவில்லை. அந்தச் செய்தி யுடனே முழு இரவையும் கழித்தார். தன்னை ரொறொன் ரோவுக்கு அழைத்தவர்களைச் சங்கடப்படுத்தக் கூடாது என்று அவர் நினைத் திருக்கலாம். அது அவருடைய பெருந்தன்மை. திங்கள் காலை ரொறொன்ரோவிலிருந்து புறப்படும் விமானத்தைப் பிடிப்ப தற்குத் தயாராகிக்கொண்டிருந்தபோது அந்தச் செய்தியை அழைத்தவ ர்களுடன் பகிர்ந்துகொண்டார். இடிபோல வந்திறங்கிய மரணச் செய்தியை கேட்டு அவர் மனம் என்ன பாடுபட்டிருக்கும். விமானத் தில் பயணம் செய்த அந்த நீண்ட தூரத்தை எப்படி அவர் தனிமை யில் கழித்திருப்பார்.

அந்த வெள்ளிக்கிழமை இரவு விருந்தில் பிரபஞ்சனைச் சுற்றியிருந்து நண்பர்கள் பேசிக்கொண்டிருந்த நேரம் அவர் மனைவி என்ன செய்திருப்பார். அவர் உடல் நலமாக இருந்தாரா அல்லது அப்போதே ஆஸ்பத்திரியில் அனுமதியாகிவிட்டாரா? தான் மனைவியிடம் சனிக்கிழமை காலை பேசப்போவதாக பிரபஞ்சன் சொன்னார். ஆனால் பேசினாரா என்பது தெரியவில்லை. நான்

அவருக்கு என்ன ஆறுதல் கூறமுடியும். முதன்முதல் சந்தித்தபோது அவர் என்னை ஆரத் தழுவி கட்டிக்கொண்டதை நினைத்துக் கொண்டேன். அதையே அவருக்குத் திருப்பி தருகிறேன்.

பிரபஞ்சனின் நாவலில் வரும் ஆனந்தரங்கம் பிள்ளை சொன்னதுபோல உலகத்தில் நிச்சயமானது ஏழ்மைதான். அதை ஒழிக்க முடியாது, இடம் மாற்றி வைக்கலாம். மரணமும் அப்படித் தான், நிச்சயமானது. ஆனால் ஒரே இடத்தில் தங்காது. இடம் மாறிக்கொண்டே இருக்கும்.

✸

குற்றம், ஆனால் குற்றமில்லை

நகைச்சுவை நடிகர் என்னத்த கண்ணையா ஒரு படத்தில் சொல்வார், 'வரும், ஆனால் வராது' என்று. அதுதான் நினைவுக்கு வந்தது. நேற்று ஈழத்துப் பூராடனாருடன் பேசிக்கொண்டிருந்தபோது, அவர் 1965இல் ஒரு புத்தகம் எழுதினார், தலைப்பு 'யாரிந்த வேடர்'. இவர் தான் வெளியிடும் புத்தகங்களை அளவாகவே அச்சிடுவார். வீணாக தொகையாக அச்சடித்து வீட்டில் அடுக்கி வைத்திருப்பதில்லை. ஒரேயொரு கொப்பியைத் தனக்கு வைத்துக்கொண்டு மீதியை நூலகங்களுக்கும், புத்தக விற்பனை நிலையங்களுக்கும் அனுப்பி விடுவார். வாசகர்கள் யாராவது முன்கூட்டியே சொல்லி வைத்து வாங்கினால் ஒழிய ஒருமுறை தவறவிட்டால் பின்னர் புத்தகத்தைப் பார்க்க முடியாது.

அதிசயத்திலும் அதிசயமாக இலங்கை அரசாங்கம் ஒரு கொப்பியை வாங்கிவிட்டது. வாங்கியதோடு நிறுத்தாமல் அதைப் படித்தும் விட்டது. அவர்களுக்குப் புத்தகத்தின் தோற்றம் பிடிக்கவில்லை. அதன் இரண்டு தடித்த மட்டைகளுக்கு இடையில் இருந்த விசயமும் பிடிக்கவில்லை. ஆசிரியரைப் பிடித்து அடைத்துவிட்டது.

அவர் அப்படி என்ன புத்தகத்தில் எழுதியிருந்தார். மகாவம்சம் சொன்னதைத்தான் அவரும் சொல்லியிருந்தார். வனத்தில் வாழ்ந்த ஒரு சிங்கத்தின் வழித்தோன்றலாகிய விஜயன் 700 பேருடன் கப்பலில் வந்து இலங்கையில் இறங்கியபோது அங்கே யட்சர்களும் யட்சணிகளும் இருந்தார்கள். விஜயன் குவேனி என்ற யட்சணியை மணமுடித்து அவர்களுக்கு இரண்டு பிள்ளைகள் பிறந்தார்கள். சிறிது காலத்தில் அவன் மனைவியையும் இரண்டு பிள்ளைகளையும் காட்டுக்குத் துரத்திவிட்டு இந்தியாவிலிருந்து வருவித்த பாண்டிய ராசகுமாரியை மணமுடித்தான். அவர்களுக்குப் பிள்ளைகள் இல்லை. 38 ஆண்டுகள் ராச்சியத்தை ஆண்டபின் இறந்துபோனான். அவனுடைய சகோதரன் இந்தியாவிலிருந்து வந்து ராச்சியத்தைத் தன் சொந்தமாக்கி ஆண்டான். அவன் மூலம் சந்ததி உண்டாகியது. இலங்கையின் ஆதிபிதா விஜயன் அல்ல; அவன் வரும்போது

ஏற்கனவே அங்கே இருந்த யட்சர்கள்தான் ஆதிகுடிகள். அவர்கள் நாகரிகமானவர்கள். விஜயன் குவேனியைச் சந்தித்தபோது அவள் தாமரைத் தண்டில் நூல்நூற்றுக் கொண்டிருந்தாள். அவர்கள்தான் நாட்டுக்கு உண்மையான சொந்தக்காரர்கள்.

ஈழத்துப் பூராடனார் மீது தேசத்துரோகக் குற்றம் சுமத்தப் பட்டது. வழக்கு மூன்று நீதிபதிகள் முன்பு விசாரணைக்கு வந்தது. அவருடைய வழக்கறிஞர் சுந்தரலிங்கம் இடது கையில் மகாவம்சத்தை யும், வலது கையில் பூராடனார் எழுதிய 'யாரிந்த வேடர்' புத்தகத் தையும் வைத்துக்கொண்டு வாதாடினார். 'கனம் நீதிபதி அவர்களே, மகாவம்சம் சொன்னதையே என் கட்சிக்காரரும் சொன்னார். அவர் தேசத்துரோகி என்றால் மகாவம்சத்தை எழுதிய வண. மகாநாம மஹாதேரோவும் ஒரு தேசத்துரோகியே.' நீதிபதிகள் ஆசிரியரில் குற்றமில்லை என்று தீர்ப்புக்கூறி அவரை விடுதலை செய்தார்கள். ஆனால் அவர் எழுதிய நூல்கள் பறிமுதல் செய்யப் பட்டன. அவர் குற்றம் செய்யவில்லை என்றால் அவர் எழுதிய புத்தகங்களை ஏன் பறித்தார்கள். 'குற்றம், ஆனால் குற்றமில்லை.'

கடந்த திங்கள்கிழமை பின்மதியம் மணிவேலுப்பிள்ளையும், செல்வமும், நானும் பல மாதங்களாகத் திட்டமிட்டு ஏற்பாடு செய்த சந்திப்புக்காக ஒன்றரை மணிநேரம் பயணம் செய்து கலாநிதி ஈழத்துப் பூராடனர் இருக்கும் வீட்டுக்குப் போய்ச் சேர்ந்தோம். அவர் கனடாவில் குடியேறி 25 வருடங்கள் வாழ்ந்திருந்தாலும் நாங்கள் அவரைச் சந்தித்தது கிடையாது. அவர் வீட்டு நிலவறையில் ஒரு சுழல் கதிரையில், 20ஆம் நூற்றாண்டு கம்புயூட்டருக்கு முன், எங்களை எதிர்பார்த்து உட்கார்ந்திருந்தார். கம்புயூட்டருக்குப் பக்கத்தில் ரேடியோ, டிவி, ஓர் அச்சடிக்கும் யந்திரம். சுவரோடு படுக்கை. மற்ற இரண்டு சுவர்களிலும் காணப்பட்ட புத்தகத் தட்டுகளில் நிறைய புத்தகங்கள் ஒழுங்கோடு அடுக்கி வைக்கப்பட்டிருந்தன. நாங்கள் போனபோது அவர் கம்புயூட்டரில் வேலை செய்ததை நிறுத்திவிட்டு தொலைபேசியில் யாருடனோ கதைத்துக்கொண்டிருந் தார்.

வாசலில் தயங்கி நின்றோம். எங்கள் நிழல் உள்ளே புகுந்து விட்டது. கோடுபோட்ட நீலக்கலர் சாரத்தை நெஞ்சிலே கட்டியிருந் தார். நீளக்கை சேர்ட், அதற்கு மேலே கைவெட்டிய ஸ்வெட்டர். பேசுவதை நிறுத்திவிட்டு 'வாருங்கள், வாருங்கள்' என்று வரவேற்றார். ஒவ்வொருவராகக் கைகொடுத்தோம். அவர் கைகள் நாலு

மேல்மடல்களை நீக்கிய வாழைப்பூபோல குவிந்துபோய் வெள்ளை யாகக் குளிர்ந்தது. கம்புயூட்டரில் பாதிவேலை காத்து நின்றது.

தமிழில் கணினியில் அச்சடித்து முதல் வெளியான புத்தகம் அவருடையதுதான். அதன் பெயர் 'பெத்தலேகம் கலம்பகம்'. அது வெளிவந்த வருடம் 1986. அந்த நூலை அச்சடித்த தமிழ் எழுத்துருவை உருவாக்கியது கூட அவர் முயற்சியில்தான் நடந்தது. இதுதவிர முதன்முதல் மின்கணினி அமைப்பில் 'நிழல்' என்ற மாதப் பத்திரிகையை 1987இல் இருந்து தொடர்ந்து வெளியிட்டதும் அவர்தான். இன்று நூற்றுக்கணக்கான புது எழுத்துருக்கள் தமிழில் தோன்றிவிட்டாலும் அவர் தான் உருவாக்கிய எழுத்துருவையே இன்றைக்கும் பயன்படுத்துகிறார். அந்த எழுத்துருவிலேயே அவர் புத்தகங்கள் அச்சாகின்றன. அவருடைய எழுத்துருவுக்கு என்ன பெயர் என்று கேட்டேன். அவர் பெயர் வைக்கவில்லை என்றார். பத்தாவதாகவோ, இருபதாவதாகவோ அவருடைய எழுத்துரு கண்டுபிடிக்கப்பட்டிருந்தால் அதற்கு ஒரு பெயர் வைத்திருப்பார். அது முதலாவதாகக் கண்டுபிடிக்கப்பட்டது அதனால் ஒரு பெயரும் சூட்டவில்லை. உலகத்தில் முதன்முதல் கண்டுபிடிக்கப்பட்ட கணினி தமிழ் எழுத்துருவை இன்று பயன்படுத்துவது ஒரேயொருவர். அது அவர்தான்.

'எப்படி ஈழத்துப் பூராடனார் என்ற புனைபெயர் வந்தது? சங்க இலக்கியத்தில் குறுந்தொகையில் ஈழத்து பூதந்தேவனார் என்று வருகிறது. அப்படியா?' என்று கேட்டோம். இவருடைய இயற்பெயர் க.தா.செல்வராசகோபால். இவர் அரசாங்க உத்தியோகத்தில் இருந்தபடியால் அந்தப் பெயரில் எழுதினால் சிக்கல் வரும் என்று புனைபெயரில் எழுத ஆரம்பித்தார். ஆனால் அங்கேயும் சிக்கல் இருந்தது. அவருடைய நட்சத்திரம் பூராடம் என்பதால் 'பூராடனார்' என்ற புனைபெயரில் பத்திரிகைகளில் எழுத முடியவில்லை. இந்தியாவில் ஏற்கனவே ஒருத்தர் அதே பெயரில் எழுதிக்கொண்டிருந் தார். ஆகவே 'ஈழத்துப் பூராடனார்' என்று மாற்ற வேண்டியதாகி விட்டது.

இவருடைய பாட்டன் வல்வெட்டித்துறையில் கப்பல் ஓட்டி யவர். அதனால்தானோ என்னவோ இவருக்குக் கடல் வாழ்க்கையும், கடற்கரை சார்ந்த மக்களும், கடல் பயணமும் பிடிக்கும். கடலைப் பற்றிய பெரும் ஈர்ப்பு சிறுவயது தொடங்கியே இவருக்குள் இருந்தது. தமிழில் கடலுக்கு முக்கியத்துவம் கொடுத்து ஒரு காவியம்கூட இல்லாதது அவருக்குக் குறையாகப் பட்டது. அந்த நேரம் அவர்

ஆதிக்கிரேக்க காவியமான ஒடிசியை ஆங்கில மொழிபெயர்ப்பில் படித்துக்கொண்டிருந்தார். அதைத் தமிழில் மொழியாக்கம் செய்ய வேண்டும் என்ற ஆர்வம் பிறந்தது. இதய அறுவைச் சிகிச்சை முடிந்து வீட்டில் ஓய்வெடுத்த நேரம் அது. நாளுக்கு 18 மணிநேரம் வேலைசெய்து மொழியாக்கத்தை முடித்தார். ஆறே ஆறு மாதத்தில் இந்தப் பெரிய பணியை ஒப்பேற்றினார். அதைத் தொடர்ந்து இலியட் காவியத்தையும் மொழியாக்கம் செய்தார். முதன்முதல் ஹோமருடைய இரண்டு காவியங்களையும் தமிழில் மொழியாக்கம் செய்தது இவருடைய பெரும் சாதனை. ஒருவருடைய வாழ்நாள் முழுவதையும் உறிஞ்சிவிடும் இந்தப் பணியைத் தனியொருவராக நின்று சாதித்ததை அவர் பெரிய விசயமாக நினைக்கவே இல்லை.

தட்டில் பிஸ்கட்டும் குளிர்பானமும் வந்து, நாங்கள் சாப்பிட்டோம். அவரும் சாப்பிட்டுவிட்டு ஒரு விரலால் வாய் ஓரத்தைத் துடைத்தார். 'ஒடிசி காவியத்தில் உங்களுக்குப் பிடித்த பாத்திரம் என்ன?' நான் பெனிலோப்பேயைச் சொல்வார் என்று நினைத்தேன். அவர் சொன்னது ஆர்கொஸ் என்ற ஒடிசியசின் வளர்ப்பு நாயை. ஒடிசியஸ் தன் மனைவியை விட்டுப்பிரிந்து போருக்குப் புறப்பட்டுப் போகிறான். இருபது வருடங்களுக்குப் பிறகு அவன் மாறு வேடத்தில் திரும்பி வந்தபோது ஒருவருக்கும் அவனை அடையாளம் தெரிய வில்லை. ஆனால் நாய் மாத்திரம் அவனைத் துள்ளி துள்ளி வரவேற்றது. அடுத்தகணம் நிலத்தில் விழுந்து இறந்துபோனது.

கலாநிதி ஈழத்துப் பூராடனாரைப் பார்க்க நாங்கள் வந்தது ஓர் ஆர்வத்தினால்தான். இவருடைய ஒரு புத்தகத்தையேனும் நாங்கள் ஒருவரும் படித்ததில்லை. கண்ணால் பார்த்ததும் கிடையாது. கனடாவில் ஒரு கடையிலும் வாங்க முடியாது. பெரிய நூலகங்கள் அவருடைய நூல்களைப் பாதுகாக்கின்றன. அவர் எழுதிய கட்டுரைகள் சிலவற்றைப் படித்திருந்தோம். தன்னலம் கருதாது தமிழுக்காக 60 வருடங்கள் தொடர்ந்து உழைத்த ஒரு பெரியவரை நேரில் ஒருமுறை பார்த்துவிடவேண்டும் என்ற ஆவல்தான் எங்களை அங்கே கொண்டு சேர்த்திருந்தது. அவரை ஒருமுறை தொடவேண்டும், அவர் புத்தகத்தை தொடவேண்டும். அதுதான் நாங்கள் அவரைப் பார்க்கப்போன காரணம். 'ஐயா உங்கள் புத்தகங்களை ஒருமுறை பார்க்கலாமா?' தயங்கிக்கொண்டு கேட்கிறோம். 'இது என்ன கேள்வி. நல்லாய்ப் பாருங்கள்.'

கடைகளில் வாங்கக் கிடைக்காத அந்த நூல்களை நாங்கள் ஆர்வமாக ஒவ்வொன்றாகத் தொட்டுத் தொட்டுப் பார்க்கிறோம்.

அனைத்தும் தடித்த அட்டைகளுடன் நன்கு பைண்ட் செய்யப்பட்ட புத்தகங்கள். அழகான ஒழுங்குடன் நூலகத்தில் வைத்திருப்பதுபோல அடுக்கப்பட்டிருந்தன. சில நூல்களை நான் விரித்துப்பார்க்கிறேன். ஹோமரின் இலியட், ஒடிசி இரண்டு நூல்களின் மொழியாக்கங்களும் இருக்கின்றன. ஹோமரின் ஒடிசி காவியம் (508 பக்கம்) 2089 செய்யுள்களைக் கொண்டிருக்கிறது; 8360 பாவரிகள். இலியட் காவியம் (602 பக்கம்) 2775 செய்யுள்களைக் கொண்டிருக்கிறது; பாவரிகள் 11,100. பார்க்கவே மலைப்பாக இருக்கிறது. ஒடிசி காவியத்தை முடித்ததும் இலியட்டின் மொழியாக்கத்தை தொடங்கியதாகக் கூறினார். அதற்கு இன்னொரு ஆறு மாதம்.

இரண்டு காவியங்களையும் மொழியாக்கம் செய்த பின்னர்கூட அவருக்குத் திருப்தி ஏற்படவில்லை. ஆதிக் கிரேக்க நாடகங்களைத் தேடி மொழியாக்கம் செய்யத் தொடங்குகிறார். 48 நாடகங்கள், துன்பியல் 32, இன்பியல் 16. இவை 46,657 பாவரிகளில் 14 புத்தகங்களாக மொழியாக்கம் செய்யப்பட்டு வெளிவருகின்றன. ஒரு பல்கலைக்கழகம் பல அறிஞர்களைச் சேர்த்துக் கூட்டாகச் செய்ய வேண்டிய வேலையைத் தனியொருவராகச் செய்து முடிக்கிறார். அன்ரிகோன் நாடகத்தில் ஒரு காட்சியின் தமிழாக்கத்தைப் பார்த்தோம். மூல நூல்களின் கருத்தில் இருந்து நழுவாமல் யாப்பமைதி கொண்ட பாவரிகளில் நாடகமாகத் தந்திருக்கிறார்.

சகோதரிகள் அன்ரிகோனும் இஸ்மினும் பேசுகிறார்கள்:

இஸ்மின்: தந்தை போயினன் தனியர் ஆயினம், இந்த வுலகில் எங்கு போகுவம்

பந்த மிருந்தும் பாவமுற்ற சொந்த மற்றும் சோர்ந்து போயினம்.

பாடகர் : நொந்து போவதேன் நொடிந்து வீழ்வதேன்
தந்தை போலத் தாங்கும் கைகள்
உந்தன் அருகில் உதவ இருக்க
வெந்து கண்ணீர் விடுதல் வீணே.

அன்ரிகோன் : அக்கா நாமே செல்வோம் வாராய்.

காவியத்துக்கு ஏற்ற செய்யுள் வடிவமெனினும் படித்தவுடன் புரியக்கூடிய விதமான அமைப்பு.

இரண்டாவது புத்தகத் தட்டை பார்வையிடுகிறோம். கிறிஸ்தவ இலக்கியங்கள் 19; சைவ இலக்கியங்கள் 10. இவர்தான் இவற்றையும் படைத்திருக்கிறார். இலக்கியம், வரலாறு, சுயசரிதம் என்று இன்னும் பல நூல்கள் அடுக்கில் இருக்கின்றன. நாடகத் தமிழ் நூல்கள் நாலு.

35 வருடகால ஆராய்ச்சியில் திரட்டி செய்யுள் வடிவில் தயாரித்த நீரரர் நிகண்டு. ஒன்பது காண்டங்கள் கொண்ட தமிழழகி காப்பியம். அவருடைய பன்முக ஆளுமைக்குச் சாட்சியாக 60 தொகுதிகளில் அவர் படைத்த தமிழ் திரைப்படக் களஞ்சியம்.

எழுத்துச் சீர்திருத்தம் என்றதும் உணர்ச்சி வசமாகிறார். கடந்த முப்பது வருடங்களாகத் தமிழ் எழுத்துச் சீர்திருத்தம் பற்றி வற்புறுத்தி வருகிறார். இதுபற்றி எட்டு நூல்கள் எழுதியிருக்கிறார், அதில் முதல் நூல் 1977இல் வெளியானது. தற்பொழுது யூனிகோட் தமிழ் எழுத்தில் சீர்திருத்தம் கொண்டுவரவேண்டுமென்று ஆழமான ஆராய்ச்சிகள் செய்து வருகிறார். 'மாற்றம் என்பது கம்புயூட்டர் வசதிக்காக மாத்திரமல்ல. எழுதுவதில் நேரம் மிச்சப்பட வேண்டும். அச்சடிப்பதில் பக்கம் மிச்சமாக வேண்டும். 20 பக்கத்தில் வரவேண்டிய கருத்து 19 பக்கத்தில் வரவேண்டும். அப்பொழுதுதான் எழுத்துச் சீர்திருத்தம் முழுமையாகும்.' எவ்வளவு பாடுபட்டாலும் தமிழ்நாடு என்ற மகா உருவம் அசைந்து கொடுத்தால்தான் முடியும். ஈசலின் பறப்பு தவளையின் வாய் தூரம் மட்டும்தான்.

இத்தனை நூல்களை எழுதியவர் பார்ப்பதற்கு குழந்தைப்பிள்ளை போலவே இருக்கிறார். ஒருமுறை பக்கத்து வீட்டுக்காரர் இவரைக் காணி வழக்கு ஒன்றுக்குச் சாட்சியாக கூப்பிட்டார். இவரும் சம்மதித்துப் போனார். வழக்கு விவரங்களை இவர் கேட்கவில்லை; அவரும் சொல்லவில்லை. அங்கே நீதிபதி கேட்ட கேள்விக்கு உண்மையான பதில் அளித்தார். வழக்கு தோற்றுவிட்டது. நண்பரிடம் தன்னை ஏன் கூட்டிவந்தார், தான் உண்மை பேசுவது தெரியும்தானே என்றார். அது தெரிந்திருந்தால் வழக்குக்குப் போகாமலே இருந் திருக்கலாம். நண்பரும் வேறு யாரையாவது கூட்டி வந்திருப்பார்; அவருடைய வழக்கும் வென்றிருக்கும் என்றார்.

இளவயதில் இவருக்கு வேலை பலவிதமான சோதனைகளுக்கு படிப்பது. அச்சுக்கலை பற்றிய பரீட்சைகூட எழுதி தராதரப் பத்திரம் பெற்றிருக்கிறார். ஒரு முறை இவர் சைவப் புலவர் சோதனைக்குப் படித்து பரீட்சையிலும் பாசாகிவிட்டார். திருநெல்வேலியில் சைவ சித்தாந்தக்கழகம் நடத்திய பரீட்சை இது. ஆனால் சான்றிதழ் கொடுக்க மறுத்துவிட்டார்கள். இவர் கிறிஸ்துவர், எப்படி சைவப் புலவர் ஆகலாம்? சைவதீட்சை பெற்றவர்கள்தான் அதற்குத் தகுதி யுள்ளவர்கள் என்று சொல்லி அவருக்குச் சான்றிதழ் கொடுக்க வில்லை. இவர் அதனால் ஒன்றும் மனம் உடைந்துவிடவில்லை.

பாடுபட்டு படித்துச் சேகரித்த சைவ அறிவை அவர்கள் ஒன்றும் திரும்ப கைப்பற்ற முடியாது அல்லவா?

இவரைப் பார்க்க வருவதற்கு முன்னரே இவர் நிறைய நூல்கள் எழுதியிருக்கிறார் என அறிந்திருந்தோம். ஆனால் ஒரு மனிதர் தன் வாழ்நாளில் இத்தனை நூல்களைப் படைத்து சாதனை படைக்க முடியும் என்பது நம்புவதற்கு கடினமாகத்தான் இருந்தது. ஓர் எறும்பு தன் எடையிலும் பார்க்க பத்து மடங்கு பாரமான உணவுப் பொருளைத் தூக்கிச்செல்லும் என்பது தெரிந்ததுதான். ஆனால் ஒருத்தர் தன் எடையைப் போல பத்துமடங்கு எடை கொண்ட நூல்களைப் படைக்கமுடியும் என்பதை அன்றுதான் நேரில் பார்த்துத் தெரிந்துகொண்டோம்.

நாங்கள் புறப்பட்டோம். 'நீங்கள் இப்போது என்ன எழுது கிறீர்கள்?' என்று கேட்டேன். அவர் 'இந்த வருடம் திமிலைத் துமிலன் பற்றி எழுதிவிட்டேன். வருடம் முடிவதற்குள் நான் இன்னும் மூன்று புத்தகங்கள் எழுதவேண்டும்' என்றார். அவர் ஏற்கனவே 250 நூல்களுக்கு மேல் எழுதிவிட்டார். இந்த 82 வயதிலும் இப்படி ஓர் உழைப்பா என எனக்குத் திகைப்பாக இருந்தது. இவருக்கு விழித்திருப்பது, தூங்குவது என்ற நேரப் பாகுபாடே கிடையாது. இரவு மூன்று மணிக்கு விழிப்பு ஏற்பட்டாலும் எழுந்து எழுதுவார். தூங்கும் நேரம் தவிர மீதி நேரம் எல்லாம் எழுத்துத்தான். நாளுக்கு எட்டுப் பக்கத்துக்குக் குறையாத எழுத்து. இசைமேதை பீதோவனிடம், அவர் நாலு பேர் சேர்ந்து வாசிக்கும் ஒன்பதாவது இசைக்கோவையை எழுதி முடித்த பின்னர் அவரைச் சந்தித்த இன்னொரு இசைமேதையான ஃபிரான்ஸ் ஸ்கூபெர்ட் இப்படிச் சொன்னாராம், 'ஐயா, நீங்களே எல்லாவற்றையும் எழுதித் தள்ளி விட்டீர்களே. எங்களுக்கு என்ன மிச்சம் வைத்தீர்கள்.' எங்களுக்கும் அப்படித்தான் தோன்றியது. தமிழில் சகல துறைகளிலும் ஆழமாகத் தன் கருத்தைப் பதிவு செய்திருப்பவருக்கு செம்மொழி மாநாட்டில் பங்குபெறும்படி அழைப்பு வரவில்லை. நம்பமுடியாமல் இருக்கிறது.

ஒவ்வொருவராக அவருக்குக் கைகொடுத்து விடை பெற்றோம். சுழல் கதிரையில் உட்கார்ந்தவாறே கைநீட்டினார். அவருடைய நின்ற உருவத்தை நாங்கள் ஒருவருமே காணவில்லை. இத்தனை தூரம் பயணம் செய்து இனிமேல் இவரை வந்து நாங்கள் பார்க்கப் போவதில்லை. தன் வாழ்நாள் முழுவதையும் தமிழுக்காக அர்ப்பணித்த இந்தப் பெரிய ஆளுமை, பன்முக ஆய்வாளர், தமிழ் விற்பன்னர் முன் நின்றபோது எகிப்து பிரமிட் முன் நின்ற சின்னப்

பிராணிபோல என்னை உணர்ந்தேன். தெருவில் கிடைத்த விலை மதிக்க முடியாத நாணயத்தைக் கால்சட்டைப் பையிலிட்டு விரல் களினால் உருட்டியபடி நடப்பதுபோல என் மீதி வாழ்நாளில் இந்த நினைவை உருட்டிக்கொண்டிருப்பேன். நாங்கள் அவரைச் சந்திப்பது அதுவே கடைசி என்று எங்களுக்குத் தெரியும்; அவருக்கும் தெரியும். எதிர் சுவரில் நாலு அடுக்குகளில் காலிகோ சீலை தடித்த அட்டைப் புத்தகங்கள் கீழே இருந்து கூரைமட்டும் ஒழுங்காக, நெருக்கமாக அடுக்கி வைக்கப்பட்டிருந்தன. அவர் அவற்றையே பார்த்துக் கொண்டிருந்தார். அவை எல்லாம் அவர் எழுதிய புத்தகங்கள்.

பின்குறிப்பு

ஈழத்து பூராடனார் ரொறொன்ரோவில் இறந்துபோன செய்தி எனக்கு பொஸ்டனில் டிசெம்பர் 22, 2010 அன்று கிடைத்தது. சில மாதங்களுக்கு முன்னர்தான் நானும் சில நண்பர்களும் ஈழத்து பூராடனாரைச் சென்று சந்தித்திருந்தோம். பலவருடங்களாக அவரைப் பார்க்க வேண்டும் என நினைத்திருந்தாலும் வாய்ப்பு கிட்ட வில்லை. அவருடன் நீண்ட நேரம் உரையாடிவிட்டு நாங்கள் விடைபெறும் தருணம் அவரிடம் 'நீங்கள் தற்போது என்ன எழுதிக்கொண்டிருக்கிறீர்கள்' என்று கேட்டேன். அவர் வருடம் முடிவதற்கிடையில் மூன்று புத்தகங்களை முடிக்கவேண்டும் என்று சொன்னார். வருடம் இன்னும் முடிவுக்கு வரவில்லை ஆனால் அவரு டைய ஆயுள் முடிந்துவிட்டது.

ஈழத்து பூராடனாரைப் பார்த்துவிட்டுத் திரும்பும் வழியில் நான் ஆச்சரியப்பட்டுக்கொண்டே வந்தேன். நாங்கள் அவரைப் பார்ப்பதற்குச் சில வாரங்கள் முன்னர்தான் அவர் ஆஸ்பத்திரியில் தீவிர சிகிச்சை பகுதியில் இருந்து வெளியே வந்திருந்தார். உடல் பலவீனமாக இருந்தது. ஆனால் அவர் மனதில் கருதிய புத்தகங்களை முடிக்க வேண்டும் என்ற வேட்கை நிறைந்திருந்தது. 'எழுத்தாளர் ஓய்வதில்லை' என்ற கூற்றை நிரூபித்துக் கொண்டே இருந்தார்.

நான் விடைபெற்று வந்த காட்சி மீண்டும் மனதில் வந்தது. கைகொடுத்தபோது எனக்குத் தெரியும் அதுவே

அவரைப் பார்ப்பது கடைசி என்று. அவர் சுழல் நாற்காலியில் உட்கார்ந்தபடியே கையை நீட்டினார். ஒரு குழந்தைப் பிள்ளையின் கைபோல அது மிருதுவாக இருந்தது. அவர் முன் உள்ள புத்தகத் தட்டில் அவர் எழுதிய அத்தனை புத்தகங்களும் அடுக்கிவைக்கப்பட்டிருந்தன. 250 புத்தகங்களுக்கும் மேலே. எத்தனை எத்தனை லட்சம் வார்த்தைகள். அவர் மொழிபெயர்த்த ஹோமரின் ஒடிசி காவியத்தில் ஓர் இடம் வரும். நாயகன் ஒடிசியஸ் அல்சினஸிடம் பேசுகிறான், 'வார்த்தைகளுக்கு ஒரு நேரம் இருக்கிறது. தூக்கத்துக்கும் ஒரு நேரம் இருக்கிறது.'

வார்த்தைகளுக்கான நேரம் முடிந்துவிட்டது. நீண்ட தூக்கத்துக்கான நேரம் இது. தூங்குங்கள் நண்பரே, தூங்குங்கள்.

✹

நீண்ட காத்திருப்பு

சிங்கள கடற்படை கொமோடாராக பதவி வகித்த அஜித் போயகொட ஒரு நூல் எழுதியிருக்கிறார். அதன் பெயர் 'நீண்ட காத்திருப்பு.' நான் அந்த நூல் பற்றி ஒன்றும் இங்கே எழுதப் போவதில்லை. அதில் மனதைத் தொட்ட ஒரு சம்பவத்தைச் சொல்ல லாம் என நினைக்கிறேன். புலிகளுடன் ஏற்பட்ட போரில் இவருடைய கப்பலை அழித்து புலிகள் இவரைச் சிறையில் அடைத்து விடுகிறார்கள். எட்டு வருடம் கழித்து விடுதலையான பின்னர் இவர் தன் வீட்டுக்குத் திரும்புகிறார். வீட்டிலே ஒரே பரபரப்பு. எல்லோரும் பதற்றத்தில் இருக்கிறார்கள். இவருடைய கடைசி மகனை இவர் பார்த்தது கிடையாது. அவனுக்கு 8 வயது நடக்கிறது. அந்தச் சிறுவன் ஆண்களை எல்லாம் 'அங்கிள், அங்கிள்' என்றே அழைத்துப் பழகிவிட்டான். எங்கே அவனுடைய அப்பாவை 'அங்கிள்' என்று அழைத்துவிடுவானோ எனப் பயந்து முதல்நாள் முழுக்க அவனுக்குப் பயிற்சி அளிக்கிறார்கள். அவன் 'அப்புச்சி, அப்புச்சி' என்று நாள் முழுவதும் மனனம் செய்கிறான்.

எனக்கும் அப்படி ஒரு பெயரை மனப்பாடம் செய்ய வேண்டிய தேவை சமீபத்தில் வந்தது. முன்பின் தெரியாத ஒருவரிடமிருந்து கம்புயூட்டரில் ஒரு தகவல் வந்தது. என்னுடைய தொழில்நுட்ப அறிவு மிகவும் குறைச்சலானதால் நான் இப்படி வரும் செய்திகளுக்குப் பதில் அனுப்புவது கிடையாது. வந்தத் தகவல் இதுதான். 'நான் உங்கள் புத்தகத்தைப் படித்துக் கொண்டிருக்கிறேன்.' ஏதோ ஆர்வம் பிடித்து உந்த அன்றைக்கு அதிசயமாக 'என்ன புத்தகம்?' என்று எழுதினேன். பதில் இல்லை. இரண்டு மணி நேரம் கழித்து பதில் வந்தது. 'எங்கே இருக்கிறீர்கள்?' என்று கேட்டு எழுதினேன். மறுபடியும் நீண்ட மௌனத்தின் பின்னர் 'பாரிஸ்' என்று பதில் வந்தது. ஆச்சரியமாயிருந்தது. உங்கள் பெயர் என்ன என்று

எழுதினேன். அன்று முழுக்க பதில் இல்லை. அத்தனை நீளமான பெயரா? எழுத இவ்வளவு நேரம் எடுக்கிறதே! கம்புயூட்டரை மூடிவிட்டுப் படுத்தேன்.

அடுத்த நாள் காலை பார்த்தேன். பதில் கிடையாது. மூன்றாவது நாள் பதில் வந்தது. இப்படிப் பத்துக் கேள்விகளுக்குப் பதில் பெற மூன்று நாட்கள் எடுத்தன. எல்லாம் விசித்திரமாயிருந்தது. ஒவ்வொரு முறையும் வேறு வேறு பெயரில் பதில் எழுதினார். நான் களைத்து ஓய்ந்து போனபோது திடீரென்று ஒரு கேள்வி அவரிடமிருந்து வந்தது. 'ரொறொன்ரோ பல்கலைக்கழகத் தமிழ் இருக்கைக்கு எப்படிப் பணம் அனுப்புவது?' இதற்குப் பதில் எழுதினால் இரண்டுநாள் கழித்துதான் அலுப்பான பதில் வரும். எனினும் torontotamilchair.ca இணையதளத்துக்குச் சென்று பணம் அனுப்பலாம் என்று எழுதிவிட்டு மறந்துபோனேன். அன்று மாலையே ஒரு சொல் பதில் வந்தது, 'அனுப்பிவிட்டேன்.' ரொறொன்ரோ பல்கலைக்கழகத்தை அழைத்து பாரிசிலிருந்து பணம் வந்ததா என்று கேட்க, அவர்களும் அதை உறுதிசெய்தார்கள், ஆனால் வேறு பெயரில் பதிவாகியிருந்தது. எல்லாமே புதிர்தான். இவருடைய உண்மையான பெயர் இதுதான் என்று புரிந்தது. பல பெயர் குழப்பங்கள் இருந்ததால் கடைசியாக வந்த பெயரை நான் மனப்பாடம் செய்தேன். உங்களுடன் பேச வேண்டும், டெலிபோனில் அழையுங்கள் என்று செய்தி அனுப்பினேன்.

நான் எதிர்பார்க்கவே இல்லை இந்த மர்மமான மனிதரிடம் இருந்து தொலைபேசி வரும் என. இவர் 17 வயதில் ஈழத்திலிருந்து அகதியாக பாரிசுக்கு வந்து 18 வருடமாக அங்கே வாழ்கிறார். ஈழத்தில் வாழ்ந்த நாட்களிலும் பார்க்க அதிக நாட்களைப் பாரிசில் கழித்துவிட்டார். ஆனாலும் அவருக்கு பிரெஞ்சு மொழி கொஞ்சம் தான் தெரியும். ஆங்கிலமும் அப்படியே. நல்ல தமிழில் பேசுகிறார். முதலில் உணவகத்தில் கோப்பை கழுவும் வேலை பார்த்தார். அதிலே சம்பளம் குறைவு; சுதந்திரமும் கிடையாது. இப்பொழுது டாக்சி ஓட்டுகிறார். டாக்சி ஓட்டும்போது குறுஞ்செய்தி தகவல் அனுப்ப முடியாது. ஆகவே சவாரி முடிந்து ஓய்வாக இருக்கும்போது பதில் எழுதுவார் அல்லது ஏதாவது படிப்பார். சிலவேளைகளில் காரில் பயணி இருக்கும்போதே சிக்னல் விளக்கில் நிற்கும்போது அவசரமாக ஒரு வார்த்தை செய்தி அனுப்புவார். அது சட்டத்திற்கு விரோதம்.

'உங்களுக்குப் பெரிதாக பிரெஞ்ச் மொழி தெரியாது, எப்படிச் சமாளிக்கிறீர்கள்?' 'இதிலே என்ன பிரச்சினை? எங்கே போகிறீர்கள்?

காசா கிரெடிட் கார்டா? என்று கேட்கத் தெரியவேண்டும். வேறு ஒன்றும் தேவையில்லை. தமிழ்தானே என் மொழி. பிழைப்புக்காக இரண்டு பிரெஞ்சு வசனத்தைப் பாடமாக்கி வைத்திருக்கிறேன்.'

'டாக்சி ஓட்டுவதற்கு உரிமம் பெறுவது கடினம் என்று சொல் கிறார்களே?' 'உண்மைதான். ஒருவருடமாக 2000 யூரோ கட்டிப் படித்த பின்னர் நடந்த பரீட்சையில் பெயிலாகிவிட்டேன்.' 'எப்படி?' 'டாக்சி ஓட்டுநருக்கு எல்லா ரோட்டுப் பெயரும் தெரிந்திருக்க வேண்டும். அதிலே சின்னப் பிழை விட்டுவிட்டேன்.' 'அடுத்த தடவை சித்தியடைந்தீர்களா?' 'இல்லை, வருமான வரி கேள்வியில் பெயிலாகிவிட்டேன்.' 'வருமான வரியா? டாக்சி ஓட்டுவதற்கும் வருமான வரிக்கும் என்ன சம்பந்தம்?' 'டாக்சி ஓட்டினால் என் தொழிலுக்கு நானே முதலாளி. ஒரு முதலாளிக்கு எவ்வளவு வருமானத்துக்கு எத்தனை வரி என்ற கணக்கு தெரிந்திருக்க வேண்டும். அடுத்த தடவை வெற்றி பெற்றுவிட்டேன்.'

'கொரோனா சமயத்தை எப்படிச் சமாளிக்கிறீர்கள்?' 'மிகவும் மோசம், வாடிக்கையாளர்கள் பாதியாகக் குறைந்துவிட்டார்கள். ஆனாலும் கிரமமாக உரிமக்காரருக்கு நான் காசு கட்டவேணும்.' 'உங்கள் மனைவி வேலை செய்கிறாரா?' 'அதிலே ஒரு பிரச்சினை. என் மகனுக்கு அபூர்வமான வியாதி. நானும் மனைவியும் மாறி மாறி பார்க்கவேணும். மருத்துவமனைக்குக் கூட்டிச் சென்று பயிற்சி யளிக்கவேணும்.'

'என்ன பயிற்சி?'

'என் மகனுக்கு உணவை விழுங்கத் தெரியாது. அதற்குத்தான் பயிற்சி கொடுக்கிறார்கள்'

'ஓ, அப்படியா? மன்னியுங்கள். கொரோனா சமயம் உங்கள் வருமானம் குறைந்துவிட்டது. செலவும் அதிகம். மகனுடன் மருத்துவ மனையில் நேரம் செலவழிக்கவேணும். இந்தச் சமயத்தில் நீங்கள் தமிழ் இருக்கைக்கு நிதி கொடுக்கவேண்டிய அவசியம் என்ன?' 'அது முக்கியம் ஐயா. தமிழ் இருக்கை அமைவது பெரிய விசயம். பாரிசில் ஓர் இருக்கை உருவானால் நான் காசு கொடுப்பேன் அல்லவா? இருக்கை எங்கே இருந்தால் என்ன? மொழிக்காகத்தானே நான் நாட்டைவிட்டுத் துரத்தப்பட்டேன். எங்கள் மொழிக்குக் கிடைக்கும் கௌரவம் எனக்குக் கிடைத்தது மாதிரித்தான். கொடை யாளர் பட்டியலில் என் பெயரும் இருக்கவேணும்.'

அ. முத்துலிங்கம் ◆ 49

தொலைபேசியை வைத்தபின்னர் யோசித்தேன். இந்த அருமையான மனிதருடைய மகன் பெயரைக் கேட்க மறந்துவிட்டேன். உடனேயே குறுஞ்செய்தி அனுப்பி அவருடைய மகன் பெயர் என்னவென்று கேட்டேன். அது நேற்று. 'அப்புச்சி, அப்புச்சி' என நாள் முழுக்க மனனம் செய்த சிறுவனின் நினைவு வந்தது. குறுஞ் செய்தியில் வரும் பெயரை மனனம் செய்யத் தயாராக இருந்தேன். அதிகாலை ஐந்து மணிக்கே திறந்து வைத்த கம்புயூட்டர் வழியாக அவருடைய பதில் இன்று வரும் எனக் காத்திருக்கிறேன். சிலவேளை நாளை வரலாம்.

✱

சீலாவதி

இரவு பத்துமணி இருக்கும்போது டெலிபோன் அடித்தது. அப்பொழுதெல்லாம் செல்பேசி கிடையாது. கைவிரலால் சுழட்டிப் பேசும் தொலைபேசிதான். ஆப்பிரிக்காவில் பலவருடங்கள் வாழ்ந் திருந்தாலும் இரவு பத்துமணிக்கு அழைக்கும் நண்பர்கள் யாரும் உண்டாகவில்லை. டெலிபோனை எடுத்து 'ஹலோ' என்றேன். ஒருமுறை இப்படித்தான் நடு இரவில் ஓர் அழைப்பு ஜனாதிபதி மாளிகையிலிருந்து வந்தது. என்னை இரவு விருந்துக்கு அழைக்க வில்லை. ஓர் எச்சரிக்கை தருவதற்காக வந்த அழைப்பு. ஆகவே கை லேசாக நடுங்கத் தொடங்கியது.

இந்த அழைப்பு அப்படி அச்சுறுத்தும் செய்தியைக் கொண்டு வரவில்லை. அதிலும் மோசமானது. அழைத்தவருடையது ஆணை கொடுத்துப் பழகியகுரல். தன் பெயர் சாயித் என்றார். உடனேயே புரிந்துவிட்டது. எனக்குப் பரிச்சயமான லெபனிஸ் தொழிலதிபர். என்ன விசயமாக அழைத்தார் என்று கேட்டேன். 'ஓர் இளம்பெண் வீதியிலே அலைந்து கொண்டிருக்கிறார். அவர் பேசிய மொழி புரியவில்லை. பார்க்கப் பரிதாபமாக இருக்கிறது. 'ஸ்ரீலங்கா, ஸ்ரீலங்கா' என்று பிதற்றுகிறார் என்று சொல்லிவிட்டு டெலிபோனை அந்தப் பெண்ணிடம் கொடுத்தார். அந்தப் பெண் அழுவதும் ஒரு வார்த்தை பேசுவதும் பின்னர் அழுவதுமாக இருந்தார். எனக்கு அழுகை புரிந்தது; வார்த்தை புரியவில்லை. ஏனென்றால் அது சிங்களம், ஆகவே மனைவியிடம் பேசச் சொல்லிக் கொடுத்துவிட்டு மனைவியின் முகத்தைப் பார்த்தபடியே இருந்தேன். அது கலவரமாக மாறியது. லெபனிஸ்காரரிடம் முகவரியைப் பெற்றுக்கொண்டு உடனேயே அங்கே புறப்பட்டோம்.

காரிலே போனபோது மனைவி கதையைச் சொன்னார். அந்தப் பெண்ணுக்கு வயது 15, பெயர் சீலாவதி. இங்கே வேலைக்காரப் பெண்ணாக ஒரு வருடமாக வேலைபார்க்கிறார். வீட்டுக்காரர்களின் கொடுமை தாங்காமல் வீட்டைவிட்டு அதிகாலையே கிளம்பி விட்டார். நாள் முழுக்க 40 மைல் தூரத்தைக் கடந்திருக்கிறார். காலையிலிருந்து சாப்பிடவில்லை. யாரிடம் போவது, எங்கே தங்குவது ஒன்றுமே தெரியாமல் கலங்கி நின்ற போதுதான்

தற்செயலாக இந்த லெபனிஸ்காரர் அந்தப் பெண்ணைக் கண்டிருக்கிறார்.

நாங்கள் அங்கே போய்ச் சேர்ந்தபோது இரவு 11 மணியாகிவிட்டது. சாயித் வாருங்கள் என்றார். சந்தையில் இரைச்சல் அடங்கிவிட்டாலும் வேர்க்கடலை வறுத்த மணம் போகவில்லை. சகாரா பாலைவனத்திலிருந்து வீசும் ஹமட்டான் காற்றுக் குளிர், குதியில் ஆரம்பித்து எலும்புகளுக்குள் புகுந்து உபத்திரவம் செய்தது. முழங்காலுடன் கால் முடிந்த பிச்சைக்காரன் கீழே அமர்ந்திருக்க, இந்தப் பெண் நடுங்கிக்கொண்டு நின்றார். 'எங்கே வேலை பார்க்கிறார்?' என்று மனைவி கேட்டபோது அவர் 'உடுகம்போல சகோதரர்கள்' என்றார். எனக்கு அதிர்ச்சியாக இருந்தது. இந்த சகோதரர்கள் ஏற்கனவே தெரிந்தவர்கள்தான். மரம் ஏற்றுமதி செய்யும் இத்தாலிய கம்பனி ஒன்றில் வேலை பார்த்தார்கள். மூத்தவர் என்ஜினியர், இளையவர் கணக்காளர். இரண்டு சகோதரர்களும் பக்கத்துப் பக்கத்து வீடுகளில் வசித்தனர். கிறிஸ்மஸ் சமயம் பெரிய விருந்துகள் வைத்து ஆட்டமும் பாட்டும் விடியவிடிய நடக்கும். ஒருமுறை இந்தக் கொண்டாட்டத்திற்கு போன சமயம் கம்பனி அதிபர் அலெசாண்ட்ரோவைப் பார்த்திருக்கிறேன். ஆறடி உயரமாக இருப்பார். கை விரல்களில் பச்சை, மஞ்சள், நீலம் என பல நிறங்களில் மோதிரங்கள். சிவப்பு முகத்தில் வாழைப்பழத்தில் இருப்பதுபோல காணப்பட்ட கறுப்பு புள்ளிகள் அவர் கம்பீரத்தைக் கூட்டின.

அந்த நாட்டிலே ஜனாதிபதிக்கு அடுத்தபடியாக அதிகாரம் கொண்டவர் இந்த அலெசாண்ட்ரோதான். சில மந்திரிகள் ஜனாதிபதியிடம் ஏதாவது உதவி தேவைப்பட்டால் அதை அலேசாண்ட்ரோவிடம் முடித்துத் தரச்சொல்லிக் கேட்பார்கள். அலெசாண்ட்ரோ முதலில் மந்திரியைத் திட்டுவார். 'உன்னுடைய மூளையில் தண்ணீர் கலந்துவிட்டது. இனிமேல் உனக்கு இந்தப் பதவி சரிவராது' என்று வைதுவிட்டு அவர் கேட்ட உதவியைச் செய்து கொடுப்பாராம்.

காரிலே திரும்பியபோது பார்ப்பதற்கு அப்பாவியாக இருக்கும் இந்தப் பெண் எப்படி அங்கே வந்து மாட்டிக்கொண்டார் என்று மனைவி கேட்டார். ஒரு சொந்தக்காரர் அவரைப் பிடித்து இங்கே வேலைக்கு அனுப்பியிருக்கிறார். மூத்தவருடைய பிள்ளைகளைப் பார்க்க என்றுதான் அவரைக் கூட்டிவந்தார்கள். ஆனால் வந்த பின்னர் சமையல், வீட்டுவேலை, துணி துவைப்பது என்று எல்லாமே அவர் தலையில்தான். அதுமட்டுமில்லை. மூத்தவர் வீட்டில் வேலை முடிந்தால் இளையவர் வீட்டிலும் செய்ய வேண்டும். காலை 5 மணிக்கே எழும்பி இரவு 11 மணிக்கு படுக்கப் போகும் வரைக்கும் ஒரே வேலைதான்.

சீலாவதியை வீட்டு வெளிச்சத்தில் பார்த்த நான் திடுக்கிட்டு விட்டேன். முயலினுடையது போன்ற பழுப்பு நிறக்கண்களால், ஒரு நிலையில் நிற்காமல் பயத்தில் இங்கும் அங்குமாகப் பார்த்தார். உடம்பில் ஏறிய சிறு நடுக்கம் இன்னும் ஓயவில்லை. பூப்போட்ட சீத்தைத் துணியில் மேல்சட்டை. ஒரு வாரம் முன்னர் தோய்த் திருக்கக்கூடிய பச்சைநிற கட்டைப் பாவாடை. பேப்பர் போல தேய்ந்து போன பாட்டா செருப்பு. அடர்த்தியான தலைமுடியை வாரி அலட்சியமாக முடிந்திருந்தார். இத்தனை மலிவு உடையிலும் அவர் அழகு ஒரு முறை திரும்பிப் பார்க்க வைக்கக் கூடியதுதான்.

சீலாவதி காலையிலிருந்து ஒன்றுமே சாப்பிடாததால் பசி யோடிருந்தார். மனைவி அவசர அவசரமாகச் சமைத்துப் பரிமாற கூச்சத்துடன் சாப்பிட்டார். அவரிடம் ஒரு பைகூடக் கிடையாது. அப்படியே வெறும் கையுடன் ஓட்டமும் நடையுமாகப் புறப்பட்டிருக் கிறார். மனைவி தன்னுடைய இரவு ஆடையை அணியக் கொடுத்து தூங்கச் சொன்னார். 'இது மோசமான ஊர். அந்த லெபனிஸ்காரர் கண்ணில் நீ பட்டபடியால் தப்பிவிட்டாய். அவர் நல்லவர். எல்லோரும் அவர் மாதிரி நடக்கமாட்டார்கள். இந்த நாட்டு போலீசிடம் மாட்டியிருந்தால் நிலைமை மேலும் மோசமாகியிருக்கும். பிரச்சினைகளைப் பேசித் தீர்க்கலாம், வீட்டைவிட்டு ஓடுவது என்பது ஓர்அந்நியநாட்டில் மிகவும் ஆபத்தானது. நாளை காலை உன் எசமானர்களிடம் பேசி இதற்கு முடிவுகட்டுவோம்.' இப்படியெல்லாம் மனைவி ஆலோசனை வழங்கினார்.

அந்தப் பெண் தூங்குவதாகத் தெரியவில்லை. அவர் மூளைக்குள் பலவிதமான சிந்தனைகள் ஓடியிருக்கும். எதையோ நினைத்து பயந்து நடுங்கினார். எதிர்பாராத விதமாக 'அம்மா, கேப்சியரா ஹொட்டல் எந்தப் பக்கம் இருக்கிறது?' என்றார். கேப்சியரா என்பது வெளிநாட்டு உல்லாசப் பயணிகள் வந்து தங்கும் உயர்தர ஹொட்டல். வீட்டை விட்டு ஓடிவந்த ஒரு பெண், அடுத்தநாள் என்ன நடக்கப் போகிறது என்று தெரியாதவர், கேட்கும் கேள்வியா இது? மனைவிக்கு யோசனையாக இருந்தது. எனினும் ஹொட்டல் இருக்கும் திசையைக் காட்டிவிட்டு விளக்கை அணைத்தார்.

அடுத்தநாள் காலை சனிக்கிழமை மனைவி வழக்கத்திலும் பார்க்க சீக்கிரமாகவே தேநீர் தயாரிக்க எழுந்தார். முதல் வேலையாக சீலாவதியைக் கொண்டுபோய் சகோதரர்களிடம் விடவேண்டும். அவர்கள் இரவிரவாக எங்கேயெல்லாம் தேடியலைந்தார்களோ? ஒருவேளை போலீசுக்கு முறைப்பாடு கொடுத்திருக்கலாம். திடீரென்று மனைவி கத்திக்கொண்டு ஓடி வந்தார். சீலாவதியைக் காணவில்லை. படுக்கையில் தலையணையில் பள்ளம் இருந்தது, அவர் இல்லை.

மனைவியின் ஆடையைக் கழற்றி சுருட்டி வைத்துவிட்டு தன் உடுப்பை அணிந்து கொண்டு கிளம்பியிருக்கிறார்.

ஓர் இரவு முடிவதற்குள் இந்தப் பெண் எங்களை இந்தப்பாடு படுத்துகிறாரே. அந்தப் பெண்ணுக்கு ஏதாவது நடந்தால் இப்பொழுது நாங்கள்தான் முழுப்பொறுப்பு. லெபனிஸ்காரர் பெண்ணை எங்களிடம்தான் ஒப்படைத்தார். போலீஸ்காரர் விசாரணையிலும் நாங்கள்தான் மாட்டுப்படுவோம். உடுகம்போல சகோதரர்கள் எங்கள் மீதுதான் பழி போடுவார்கள். அலெசாண்ட்ரோவுக்கு விசயம் தெரிந்தால் எங்கள் நிலைமை படுமோசமாகிவிடும்.

கேப்சியரா ஹொட்டல் பக்கமாக காரைச் செலுத்தினேன். என் ஊகம் சரிதான். சீலாவதி வேகமாக கடற்கரையை நோக்கி நடந்து கொண்டிருந்தார். நான் காரை மெதுவாகக்கொண்டு போய் பக்கத்தில் நிறுத்தினேன். அவர் திடுக்கிட்டுவிட்டார். ஒன்றுமே பேசாமல் மறுபடியும் காரிலே ஏறினார். சீலாவதி ஒன்றும் ஹொட்டல் உல்லாசத்தை அனுபவிக்கப் போகவில்லை. அவருக்குத் தன் எசமானர் களிடம் திரும்ப விருப்பமே இல்லை. கடலில் விழுந்து தற்கொலை செய்வதற்காக வீட்டைவிட்டுக் கிளம்பியதாகப் பின்னர் அவர் மனைவியிடம் சொல்லியிருக்கிறார்.

'நாங்கள் என்ன செய்ய முடியும்? உன்னிடம் பாஸ்போர்ட்கூடக் கிடையாது. எப்படி உன்னைத் திருப்பி அனுப்புவது? அவர்களோ அலெசாண்ட்ரோவின் ஆட்கள். அவர்களைப் பகைக்க முடியாது. போலீசில் உன் எசமானர்கள் புகார் கொடுத்திருந்தால் உன் பிரச்சினை மேலும் பெரிதாகிவிடும். போலீசார் எங்களையும் விசாரிப்பார்கள். எதற்கும் பயப்பட வேண்டாம். நான் அவர்களுடன் பேசி உன்னை விடுவித்து உன் அம்மாவிடம் அனுப்பி வைப்பேன்.' மனைவி இதை மொழிபெயர்த்தார்.

அவர் எதற்காக வீட்டைவிட்டு ஓடினார்? ஏதாவது குற்றம் செய்தாரா? என்று மனைவி விசாரித்தார். இரண்டு நாள் முன்னர் நடந்ததை அந்தப் பெண் விவரித்தார். கணவரும் மனைவியும் முன்னெப்போதும் இல்லாத மாதிரி அவரைப் போட்டு அடித் தார்கள். வழக்கமாகச் செய்வதுபோல நாயை வெளித் தூணிலே சங்கிலியால் கட்டிவிட்டு அதற்கு சாப்பாடு வைத்தார். பின்னர் கதவைப் பூட்டிப் படுக்கப் போய்விட்டார். நாய் தூணைச் சுற்றி ஓடியபோது சறுக்கி கீழே தரையில் விழுந்துவிட்டது. திண்ணை தரையில் இருந்து மூன்று அடி உயரம். நாய் சங்கிலியில் தொங்கிய படியே மூச்சடைத்து இறந்துவிட்டது. இதற்காகத்தான் அடித்தார்கள்.

அதுவரை குனிந்து கேட்டால்தான் புரியும் வகையில் மெல்லிய குரலில் பேசியவர் திடீரென்று வீறிட்டு அழுதபடி பேசத் தொடங்

கினார். ‘என் அம்மா சாவீடுகளில் காசுக்கு ஒப்பாரி வைப்பவர். வறுமையான குடும்பம். இவர்களை நம்பி என்னை அனுப்ப இப்படிச் சித்திரவதை செய்கிறார்கள். எனக்கு ஒருவரும் இல்லை. என்னை எப்படியும் திருப்பி அனுப்பி விடுங்கள். மன்றாடிக் கேட்கிறேன். என் அம்மா வீட்டிலே ஒப்பாரி வைத்து அழக்கூடாது.’

என் நண்பர் ஒருவருக்கு உடுகம்போல சகோதரர்களை ஏற்கனவே தெரியும். ஒருமுறை நண்பரை நாடு கடத்த உத்தரவு பிறப்பிக்கப்பட்டு விட்டது. உடுகம்போல சகோதரர்களுடன் அலெசாண்ட்ரோவை போய்ப் பார்த்தார். அவர் ஒரு டெலிபோன் அழைப்பில் உத்தரவைத் திரும்பப் பெற்றுக்கொள்ள வைத்துவிட்டார். ஜனாதிபதிக்கும் அலெசாண்ட்ரோவுக்கும் இடையில் இருந்த ஆழமான நட்பைக் காட்ட நண்பர் ஒரு கதை சொல்வார். ஜனாதிபதிக்கு மூன்று மனைவிகள். கடைசி மனைவியின் அண்ணன் அலெசாண்ட்ரோவின் கம்பனியில் மனேஜராக வேலை பார்த்தார். ஒருநாள் குடிவெறியில் மனேஜர் வெளிநாட்டு ஏற்றுமதிக்காக கட்டி வைத்திருந்த மரப்பலகை பொதியில் ஏறிப் படுத்துத் தூங்கிக் கொண்டிருந்தபோது அலெசாண்ட்ரோ அங்கே போயிருக்கிறார். அந்த நிமிடமே மனேஜருக்கு வேலை போனது. அடுத்த நாள் வேறு ஒரு விசயமாக ஜனாதிபதியைப் பார்க்க அலெசாண்ட்ரோ போனார். மனேஜர் வேலை நீக்கப்பட்ட காரணத்தை ஜனாதிபதி கேட்டார். அதற்கு அலெசாண்ட்ரோ சொன்ன பதில் பின்னர் நாடு முழுவதும் பிரசித்தமானது. ‘மணிக் கூடு முடிந்துவிட்டது.’ ஜனாதிபதி விழுந்து விழுந்து சிரித்தாராம்.

என் நண்பரையும் அழைத்துக் கொண்டு புறப்பட்டோம். மனைவி ஓயாமல் அழும் பெண்ணுக்கு ஆறுதல் சொல்லிக் கொண்டிருந்தார். ஒருமணிநேரம் கழித்து கம்பனி வளாகத்துக்குள் கார் நுழைந்தது. குடியிருப்புகள் தனித்தனியாக அமைந்திருந்தன. எல்லாம் ஒரேவித வடிவம் கொண்ட வீடுகள். வீடுகளைத் தாண்டி மைதானத்தில் டென்னிஸ் கோர்ட்டும், பாட்மின்ரன் கோர்ட்டும் இருந்தன. வீட்டுத் தோட்டங்கள் கம்பனியால் பராமரிக்கப்பட்டு ஒரு பூங்காவனத்துக்குள் நுழைவது போன்ற உணர்வைக் கொடுத்தன.

பல இத்தாலியர்கள் தங்கள் தங்கள் நாய்களுடன் வீதியில் உலாவினர். தூரத்தில் சகோதரர்கள் இறகுப்பந்து விளையாடிக் கொண்டிருப்பது தெரிந்தது. அவர்களுக்குப் பக்கமாகச் சென்று காரை நிறுத்தினேன். ஒரு பக்கத்தில் மூத்தவரும் அவர் மனைவியும். எதிர்ப் பக்கத்தில் இளையவரும் மனைவியுமாக விளையாடினர். இரண்டு மனைவியரும் விளையாட்டுக்குச் சற்றும் பொருத்தமே இல்லாத நீண்ட உடை அணிந்திருந்தனர். பிள்ளைகள் ஓடியோடி வெளியே பறக்கும் இறகுப் பந்துகளைப் பொறுக்கிப் போட்டனர்.

நாங்கள் நாலு பேரும் காரைவிட்டு இறங்கி தயக்கத்துடன் காத்திருந்தோம். அவர்கள் எங்களைக் கண்டதாகவே காட்டிக் கொள்ளவில்லை. எங்கே போவது என்றும் முடிவெடுக்க முடிய வில்லை. அவர்கள் வீட்டுக்குப் போவதா அல்லது இறகுப்பந்து மைதானத்திலே நிற்பதா? சகோதரர்கள் விளையாட்டை நிறுத்தாமல் எண்ணிக்கையை உரத்துச் சொல்லியபடி ஆடினார்கள். ஆட்டத்தைப் பாதியில் நிறுத்த முடியவில்லை என்று தெரிந்தது. நாங்கள் காத்திருந் தோம்.

இறகுப்பந்து விளையாட்டு என்பது இழுவல் பிடித்தது. சீக்கிரத் தில் முடிவுக்கு வராது. டென்னிஸ் என்றால் 15, 30, 40 பின்னர் ஒருபுள்ளியோடு விளையாட்டு முடிவை அடைந்துவிடும். இறகுப் பந்தில் எண்ணிக்கை ஒன்றில் ஆரம்பித்து 20 மட்டும் போகும். அதில் இருவருக்கும் சமம் என்றால் 29கடந்து முதலில் யாருக்கு 30 கிடைக்கிறதோஅவரே வெற்றியாளர் ஆவர். 10 நிமிடம் கழிந்தும் விளையாட்டு முடிவடையவில்லை. நாங்கள் நின்றோம்.

எங்களுடன் காத்து நின்ற சீலாவதி திடீரென்று இரண்டு கைகளையும் தலையில் வைத்து குனிந்தபடி அவர்கள் வீட்டுக்குள் ஓடிமறைந்தாள். எங்களுக்குக் கிடைத்த உன்னதமான வரவேற்பைப் பார்த்து அவளாகவே ஒரு முடிவுக்கு வந்திருக்கவேண்டும். அவர் களுடைய வேலைக்காரி நேற்று அதிகாலை 5 மணிக்குக் காணாமல் போயிருக்கிறாள். ஒரு முழுப்பகலும் இரவும் அவள் திரும்பவில்லை. அவள் ஏன் வீட்டைவிட்டு ஓடினாள் என்ற கேள்விக்கு விடை கண்டுபிடிக்கும் ஆசை விளையாட்டுக்காரர்களுக்கு இருந்ததாகத் தெரியவில்லை. அவள் போலீசில் பிடிபட்டிருந்தாலோ அல்லது இறந்து போயிருந்தாலோ எத்தனைப் பெரிய சங்கடத்தில் மாட்டி யிருப்பார்கள்.

விளையாட்டு முடிந்து அப்பொழுதுதான் பார்ப்பதுபோல மூத்தவர் கையிலே இருந்த ராக்கெட்டை மேலே தூக்கி அசைத்தார். எங்களுடன் வந்த நண்பர் கையைக் காட்டினார். எனக்கும் மனைவிக்கும் என்ன நடக்கிறது என்பதே புரியவில்லை. எங்களுக்குக் கிட்ட ஓர் அரசர் நடப்பதுபோல அசைந்து அசைந்து வந்த மூத்த சகோதரர் 'வீட்டுக்கு வாருங்கள்' என அழைப்பார் என்று நினைத்தேன். அது நடக்கவில்லை. கையை நீட்டினார். நான் கொடுத்தேன். திறப்பைத் துளையில் இட்டு திருகுவதுபோல ஒரு திருப்பு திருப்பினார். பின்னர் 'உள்ளே வரப்போகிறீர்களா?' என்றார். இவர் என்ன விருந்துக்குக் கூப்பிட்டு வந்தோமா? தொலைந்துபோன அவருடைய வேலைக்காரியை மீட்டு 40 மைல் தூரம் அழைத்து வந்திருக்கிறோம். நண்பர் பக்கம் அவர் பார்வை திரும்பவே இல்லை. என்னுடைய திடுக்கிடலை மறைத்துக் கொண்டு 'இல்லை' என்றேன். 'எப்போது

வேலைக்காரியைப் பிடித்தீர்கள்? எங்கே தங்கினாள்?' போன்ற கேள்விகள் அவருக்கு எழவே இல்லை. பேப்பர் போடும் பையன் மூன்று மாதக் கடன் காசைக் கேட்க வந்தது போல என்னை அருவருப்பாகப் பார்த்தார். முக்கியமாக அவருடைய மேன்மையான உதட்டிலிருந்து நன்றி என்ற வார்த்தை வெளியே வரவே இல்லை.

வீடு திரும்பிய பின்னர் மனைவி இன்னொரு விசயத்தையும் சொன்னார். சீலாவதியை மூத்தவர் பல தடவைக் கெடுத்திருக்கிறார். 'சீலாவதி பாவம், இந்தச் சின்னவயதில் அவளுக்கு எத்தனைப் பெரிய சோதனை. அவள் யாரிடம் போவாள்?' என்றார் மனைவி. 'ஏன், எனக்கு இதை முதலிலேயே சொல்லவில்லை' என்று நான் கேட்டேன். 'சொன்னால் என்ன செய்திருப்பீர்கள்? இத்தனை மோசமாக அவர்கள் நடந்தும் உங்களால் ஒன்றும் செய்யமுடியவில்லை. பிரச்சினையைத் தீர்ப்பதாகச் சொல்லி சீலாவதியைக் கூட்டிக்கொண்டு போனீர்களே. அந்தப் பெண்ணும் உங்களை நம்பி வந்தது. உடுகம் போல உங்களை வீட்டினுள்ளே அழைக்கக்கூட இல்லை. என்ன பேசிக் கிழித்திருப்பீர்கள்?'

என் மனைவி மணமுடித்த 20 வருடங்களில் என்னிடம் அப்படிப் பேசியதே கிடையாது. அவர் முகம் கோபத்தில் விகாரமாக மாறியிருந்தது. எனக்கு என் வாழ்க்கையில் ஏற்பட்ட அவமதிப்புகளின் எண்ணிக்கை ஒன்று கூடியது. இதற்கு ஒருமுடிவு கட்டவேண்டும் என்று என்மனது திட்டம் போட்டது. ஓர் அந்நிய நாட்டில் வந்திருந்து உடுகம்போல சகோதரர்கள் இத்தனை அட்டகாசம்போட அதைப் பார்த்துக்கொண்டு சும்மா இருப்பதா?

அந்தப் பெண்ணுக்கு நான்தான் பொறுப்பு. அவளை அழைத்துப் போன சமயம் அவர்கள் என்னை வெளிப்படையாக உதாசீனம் செய்தபோது நான் அதைப் பொருட்படுத்தாமல் சீலாவதிக்கு ஒரு தீர்வு கண்டிருக்கவேண்டும். அந்தக் கடமையில் தவறி விட்டேன். உடுகம்போலவுடைய அதிகார மமதைக்கு எல்லையே இல்லை. ஒரு பெரிய குற்றம் செய்துவிட்டு ஏதோ நாங்கள்தான் குற்றம் இழைத்ததுபோல அத்தனை அசட்டையாக எங்களை நடத்தினான். ஒருவேளை அவனுடைய குற்றம் எங்கள் மூலம் பரவி வெளியுலகிற்குத் தெரியக்கூடாது என்றுகூட நினைத்திருப்பான். எல்லாம் அலெ சாண்ட்ரோ அவர்கள் பக்கம் இருக்கும் துணிச்சல்தான்.

இதற்கு ஒரு முடிவு கட்டவேண்டும். இந்தச் சிந்தனையுடன் நான் தூங்கப் போனேன். சீலாவதிக்கான தீர்வு ஏற்கனவே எடுக்கப் பட்டுவிட்டது எனக்குத் தெரியாது.

அதிகாலை டெலிபோன் அடித்து பதற்றமாக எழுந்தேன். ஜெனீவாவில் இருந்து மேலதிகாரி அழைத்து 'மாற்றல் உத்தரவு'

அ. முத்துலிங்கம் ◆ 57

என்றார். 'எங்கே?' 'சோமாலியா.' 'எப்போது?' 'இன்றைக்கே. உங்கள் பயண டிக்கட் இன்று கையில் கிடைக்கும்.' 'என்னுடைய திட்டப் பணி பாதியில் நிற்கிறதே?' 'பரவாயில்லை. மாற்று ஏற்பாடு செய்தாகி விட்டது.'

என் மனைவியின் முகம் சிறுத்து வாடிப்போயிருந்தது. விமான நிலையத்தில் எங்கள் பறப்புக்காகக் காத்திருந்தோம். 'என்ன துக்கம் உமக்கு?' 'இன்னும் ஒரேயொரு நாள் கழித்து புறப்பட்டிருக்கலாம். நாளை ஆப்பிரிக்க வயலெட் பூக்கிறது.' 'எங்கே பூக்கிறது?' 'எங்கள் வீட்டில்தான். இரண்டு வருடமாக இலையில் தண்ணீர் படாமல் ஊற்றி வளர்க்கிறேன். அபூர்வமான பூ. திடீரென்று பூக்கும். திடீரென்று நிறுத்திவிடும்.' 'வீட்டில் எங்கே இருக்கிறது?' 'உங்கள் படிப்பு மேசையில்தான்.' 'அப்படியா? நான் கவனிக்கவில்லையே. அத்தனை விசேடமானதா?' 'இனி என்ன பிரயோசனம். 200 வருடங்களுக்கு முன்னர் இந்தச் செடியை ஒரு ஜேர்மன் அதிகாரி தான்சேனியா காட்டிலே கண்டுபிடித்தார். இப்ப உலகம் முழுவதும் பரவியிருக்கிறது. அது பூக்கும்போது மிக அழகாக இருக்கும். ஓர் இரவு தங்க ஏலாதா? நாளை காலை பூத்துவிடும்' அந்தச் சமயத்தில் கூட எனக்குச் சிரிப்பு வந்தது. ஒவ்வொருவருக்கு ஒவ்வொரு கவலை.

'அது சரி. எதற்காக உங்களைத் திடீரென்று மாற்றினார்கள். உங்கள் ஒப்பந்தப்படி இன்னும் ஆறுமாதம் இருக்கிறதே.'

'உண்மையான பதில் வேணுமா?'

'ஓமோம்.'

'மணிக்கூடு முடிந்துவிட்டது.'

*

கடல் ஆமை விஞ்ஞானி

இது ஓர் உண்மைக் கதை. அமெரிக்காவின் மொன்ரானா மாநிலத்தில் நடந்தது. அவருடைய பெயர் டேவிட் (பொய்ப் பெயர்). அமெரிக்காவில் கடல் ஆமைகள் ஆராய்ச்சி மையம் ஒன்றில் விஞ் ஞானியாகப் பணியாற்றுகிறார். ஒவ்வொரு வருடமும் நவம்பர் மாத முடிவில் தவறாமல் காட்டுக்குச் சென்று ஒரு கிறிஸ்மஸ் மரம் வெட்டி வருவார். அவரும் மனைவியும் கிறிஸ்மஸ் மரத்தைச் சோடித்து வண்ணமயமான மின்விளக்குகள் பூட்டி கொண்டாடுவார்கள். இந்த வருடம் விசேடமானது. அவர்களுடன் மூன்று வயது மகனும் சேர்ந்துகொள்வான். மனைவியின் பெயர் லூசி (உண்மையான பெயர்), மணமுடித்து ஏழு வருடங்கள் ஆகின்றன. லூசி வீட்டிலிருந்த படியே கம்புயூட்டர் வரைபடங்களை ஒப்பந்தத்துக்கு வரைந்து நல்ல வருமானம் ஈட்டினார். மகிழ்ச்சியான குடும்பம்.

இம்முறை, அதாவது நவம்பர் 2022ஆம் வருடம், டேவிட்டும் அவருடைய இரண்டு நண்பர்களும் காட்டுக்குள் கிறிஸ்மஸ் மரம் வெட்டப் போனார்கள். மூன்று மரங்கள் வெட்டுவது என்று திட்டம். டேவிட் பல வருடங்களாக இந்தக் காட்டில் மரம் வெட்டு கிறார். அவருடைய நண்பர்களுக்கு இது முதல் முறை. நல்ல கிறிஸ்மஸ் மரங்களை இலவசமாக வெட்டலாம் என்று சொல்லி அவர்களை அழைத்து வந்திருந்தார். டேவிட் நல்ல அழகான, நேர்த்தியான மரம் ஒன்றைத் தெரிந்துவிட்டு அதை வெட்ட முன்னர் நண்பர்களுக்கு அவர்களுக்கு விருப்பமான மரங்களைத் தேர்வு செய்யச் சொன்னார். அவர்கள் இடத்தை விட்டு அகன்றதும், தன்னுடைய சங்கிலி வாளை எடுத்து டேவிட் மரத்தை வெட்ட ஆரம்பித்தார். வெட்டிய பின்னர் மரம் இன்னும் அழகாகவும், அவர் வீட்டுக்கு அளவானதாகவும் இருந்தது. லூசிக்குப் பிடிக்கும் என மனதில் நினைத்துக் கொண்டார். மரத்தைத் தூக்கி தன்னுடைய பொதி சுமக்கும் வாகனத்தில் ஏற்றினார்.

நண்பர்களைத் தேடிய போது, கறுப்பு பூட்ஸ்போட்ட, காட்டு வாசிகளின் போர்வையை எறிந்து உடலில் சுற்றிக்கொண்ட, உருண்டை யான மனிதர் ஒருவர் உரத்துக் கத்தியபடி ரெமிங்டன் துப்பாக்கியைத் தலைக்கு மேல் தூக்கியவாறு வேகமாக வந்தார். அவருடைய

அகலமான முகம் சூரிய ஒளியில் சிவந்துபோய்க் கிடந்தது. பற்கள் தாறுமாறாக இருந்தபடியால் அவர் பேசியது குளறுபடியாக வெளியே வந்தது. சட்டென்று நின்று, ஒரு நிமிடம் ஒன்றுமே பேசாமல் டேவிட்டையும் அவர் சாய்த்த மரத்தையும் கூர்மையாகப் பார்த்தார். 'யார் அனுமதியுடன் மரத்தை வெட்டினீர்கள்?' என்றார். காடு அதிரும் சத்தத்தைக் கேட்டு நண்பர்கள் சூழ்ந்து விட்டார்கள். விஞ்ஞானி திடுக்கிட்டு 'மன்னிக்க வேண்டும். கடந்த எழு வருடங்களாக நான் இங்கே வந்துதான் கிறிஸ்மஸ் மரம் வெட்டுவேன்.' 'நான் கேட்ட கேள்விக்கு இதுதான் பதிலா? இந்த இடம் உங்களுக்குச் சொந்தமானதா?' 'இல்லை, ஆனால் நான் இங்கேதான் கிறிஸ்மஸ் மரங்கள் வெட்டினேன்.' 'ஏழு வருடங்களாக நீங்களும் நண்பர்களும் மரம் திருடியிருக்கிறீர்கள்.' நண்பர்கள் இதை எதிர்பார்க்கவில்லை. நடுங்கத் தொடங்கிவிட்டார்கள்.

டேவிட்டுக்கு ஒருவாறு நிலைமை புரிந்தது. 'ஐயா, எனக்கு இந்த இடம் உங்களுக்குச் சொந்தமானது என்று தெரியாதே?' 'அது எப்படி? இங்கே பலகையில் கொட்டை எழுத்தில் எழுதி வைத்திருக் கிறதே. கடந்த ஒரு வருடமாக இந்த இடம் எனக்குச் சொந்தம்.' 'பெரிய தவறு நடந்துவிட்டது, ஐயா. இம்முறை எங்களை மன்னித்து விடுங்கள். இனிமேல் இப்படியான பிழை நடக்காது.' 'உங்களை எப்படி நம்புவது. மூன்றுபேர் திட்டமிட்டு மரம் திருட வந்திருக் கிறீர்கள். பார்த்தால் திருடர் மாதிரியே தெரிகிறீர்கள். உங்களுக்குத் தெரியுமா மொன்ரானாவில் மரம் திருடுவது பாரதூரமான குற்றம்.'

'தயவுசெய்து சொல்லுங்கள். எவ்வளவு பணம் வேண்டு மானாலும் நாங்கள் கட்டத் தயாராக இருக்கிறோம். இப்பவே பணத்தைச் செலுத்தி விடுகிறோம். நாங்கள் விஞ்ஞானிகள். நான் கடல் ஆமைகளைக் காப்பாற்றும் விஞ்ஞானி.' இப்படிச் சொல்லிய படி டேவிட் தன்னுடைய அலுவலக அடையாள அட்டையை எடுத்து நீட்டினார். இத்தனை நேரமும் அவருடைய நெஞ்சைக் குறிவைத்த துப்பாக்கியை நிமிர்த்தி ஆறுதலாக அட்டையை வாங்கி எழுத்துக்கூட்டிப் படித்தார். முகத்தில் பெரிய மாற்றமில்லை.

'உங்கள் நண்பர்களும் விவரங்களைத் தரட்டும். போலீஸ்காரர் முடிவு செய்வார்.' சிக்கல் அதிகமாகிக்கொண்டே போனது. இந்த மனிதருக்கு என்ன தேவை? எதற்காக இப்படிப் பழிவாங்குவதிலேயே குறியாக இருக்கிறார். மறுபடியும் துப்பாக்கிக்காரர் பேசினார். 'விஞ்ஞானியான உங்களுக்கு நாட்டின் சட்டம் தெரியும்தானே. மரம் திருடுவது மாநிலச் சட்டத்தை மீறுவது மட்டுமல்ல; நாட்டின் சட்டத்தை மீறுவதும் கூட. இதற்குச் சிறைத்தண்டனை உண்டு.'

பிரச்சினை என்னவென்றால் மூன்று விஞ்ஞானிகளுக்கும் மன்றாடத் தெரியவில்லை. அவர்கள் தொழில்கள் அப்படி.

இப்பொழுது மற்ற விஞ்ஞானிகளும் சேர்ந்துகொண்டு, அழுகை வாசலில் நிற்க, தாங்கள் திருட வரவில்லை. இம்முறை மட்டும் மன்னிக்க வேண்டும் என்று அவரவருக்குத் தெரிந்த முறையில் கெஞ்சினார்கள். இறுதியில் துப்பாக்கிக்காரரின் கண்களில் ஒரு சொட்டு கருணைத் தெரிந்தது. 'சரி, நான் மரங்களைக் காப்பாற்று கிறேன். நீங்கள் போய் கடல் ஆமைகளைக் காப்பாற்றுங்கள். என் முடிவு இதுதான். உங்கள் சங்கிலி வாளையும், வெட்டிய மரத்தையும் இங்கே இறக்கி வைத்துவிட்டு போங்கள். இப்பவே ஒரு கிறிஸ்மஸ் மரக்கன்று வாங்கி வந்து அதே இடத்தில் நட்டுவிட்டு வாளையும், மரத்தையும் மீட்டுக்கொண்டு போகலாம். இனிமேல் இந்தப் பக்கம் நான் உங்களைப் பார்க்கக் கூடாது.' பெருந்தன்மையுடன் சிரித்தார். ஒரு சுறா மீன் சிரித்ததுபோல இருந்தது.

மூவரும் பாய்ந்து வெளியேறினார்கள். வெறும் 150 டொலர் பெறுமதியான கிறிஸ்மஸ் மரத்துக்கு இந்த மனிதன் துப்பாக்கியைத் தூக்கி விரட்டிவிட்டான். விஞ்ஞானிகள் என்றதும் எவ்வளவு இளக்காரமாகப் பார்த்தான். மூவரும் தங்கள் தங்கள் யோசனைகளில் குமைந்தார்கள். டேவிட்டுக்கு மிகவும் அவமானமாகப் போய்விட்டது. அதுவும் தன் நண்பர்கள் முன்னிலையில், ஏதோ தலைமைக் கொள்ளைக்காரனைப் பிடித்ததுபோல நெஞ்சுக்கு நேராக அவன் துப்பாக்கி நீட்டியதை நினைத்தார். கேவலமாகவிருந்தது. அவருடைய நண்பர்கள் வெளியே அமைதியாகக் காணப்பட்டாலும் உள்ளுக்குள் என்ன நினைத்திருப்பார்களோ?

இரண்டு நண்பர்களும் அவருடன் பல்கலைக்கழகத்தில் படித்தவர்கள்தான். குர்தி மயக்க மருந்து துறையில் நிபுணராகக் கடமையாற்றுகிறார். அவர் வேண்டாமென்று சொல்லியும் அவருக்கு நல்ல கிறிஸ்மஸ் மரம் இலவசமாகக் கிடைக்கும் என்று ஆசைகாட்டி டேவிட் கூட்டி வந்திருந்தார். வயது 31, கொசோவோ நாட்டுக்காரர். தன் நாட்டின் வயதிலும் பார்க்க தன் வயது அதிகம் என்று பெருமையடித்துக்கொள்வார். புதுக் கார் வாங்கினால் அதை ஓட்டிப் பார்ப்பது போல அவருடைய 31ஆம் பிறந்த தினம் வந்தபோது அந்தப் புதிய வயது சரியாக வேலை செய்கிறதா என்பதை நாள் முழுக்க பரீட்சித்துப் பார்த்தார் என்று நண்பர்கள் சொல்வார்கள். சில வேளைகளில் ஏதாவது தப்பாகச் செய்துவிட்டு பின்னர் மன்னிப்பு கேட்பார். லூசிக்கு அவரைப் பிடிக்காது. ஒரு முறை அவர் வீட்டுக்கு விருந்துக்குப் போய்விட்டுத் திரும்பும் சமயம் வாசலில் அவர்கள் பேசிக்கொண்டு விடைபெறும்போதே கதவைச் சாத்தி விட்டார். இப்படி ஏதாவது சின்னப் பிழை விடுவாரே ஒழிய விசுவாசமான நண்பர்.

ஸ்டீவ் உயிர் வேதியியல் துறையில் உயர் பதவியில் இருந்தார். பின்னர் என்ன காரணமோ வேலையை வேண்டாமென்று உதறி விட்டார். அஞ்சலகத்தில் போய் கையொப்பம் வைக்கும்போதும் தன் பெயரை எழுதி பி.எச்டி என்று பதிய மறக்க மாட்டார். இப்பொழுது உச்சரிப்பு பயிற்சியாளராகப் பணிபுரிகிறார். அக்கா, தங்கைகளை ஒருவர் பின் ஒருவராகக் காதலித்தார். பின்னர் இருவரையும் விட்டுவிட்டு தான் ஒருபால் விருப்பினன் என முகப்புத்தகத்தில் அறிவித்திருக்கிறார். கிறிஸ்மஸ் மரச் சம்பவத்துக்குப் பின்னர் அவர் நட்பைத் தொடர்வாரோ தெரியாது. முகத்தை இறுக்கிப் பிடித்துக் கொண்டு ஒரு வார்த்தை பேசாமல் வாகனத்தில் பயணம் செய்கிறார்.

கிறிஸ்மஸ் மரங்கள் விற்கும் கடை வந்ததும் டேவிட் மரக்கன்று தேடி உள்ளே நுழைந்தார். மற்றவர்கள் அலங்காரத்துக்கு வைக்கும் கிறிஸ்மஸ் மரங்களைத் தங்கள் தங்கள் வீடுகளுக்குக் காசு கொடுத்து வாங்கினார்கள்.

திரும்பவும் காட்டுக்குப் போனபோது துப்பாக்கிகாரரைக் காண வில்லை. அவர் வேறு திருடர்களைப் பிடிக்கப் போயிருக்கலாம். ஆனால் மரமும், சங்கிலி வாளும் கவனிப்பாரின்றிக் கிடந்தன. வாக்கு கொடுத்தபடி கிறிஸ்மஸ் மரக்கன்றை நட்டுவிட்டு, வெட்டிய கிறிஸ்மஸ் மரத்தையும், சங்கிலி வாளையும் வாகனத்தில் ஏற்றிக் கொண்டு திரும்பினார்கள். ஒருவரும் ஒரு வார்த்தை பேசவில்லை.

* * *

கதை இங்கே முடியவேண்டும். ஆனால் முடியவில்லை. இனிமேல் தான் ஆரம்பமாகிறது.

லூசியை அழகி என்று சொல்ல முடியாது ஆனால் அவருக்கு அழகியாக வர விரும்பும் முகம் இருந்தது. சமீபத்தில் டேவிட்டுக்குப் பதவி உயர்வு கிடைத்தபோது அவருக்குத் தெரியாமல் ரகஸ்யமாக அவர்கள் நண்பர்களுக்கு ஒரு விருந்து ஏற்பாடு செய்து கணவனை ஆச்சரியப்படுத்தினார். மிக நல்ல மனைவி, ஆனால் அபூர்வமாக எப்பவாவது கோபம் வரும்போது ஆக மலிவான இரண்டு கோப்பை களைத் தேடியெடுத்து போட்டு உடைப்பார்.

லூசிக்கு கிறிஸ்மஸ் மரம் நன்றாகப் பிடித்துக்கொண்டது. கணவனும், மனைவியும் மகனுமாக மரத்தைச் சோடித்தார்கள். அன்றிரவு சீன உணவகத்திலிருந்து வரவழைத்த உணவை கிறிஸ்மஸ் மரத்துக்குக் கீழே அமர்ந்து உண்டார்கள்.

அடுத்த நாள் காலை டேவிட் வழக்கம்போல அலுவலகத்துக்குப் புறப்பட்டுப் போய்விட்டார். லூசி மகனைக் குழந்தைகள் காப்பகத்துக்கு

கூட்டிக்கொண்டு போனார். பின்னர் அன்று முடிக்கவேண்டிய கம்புயூட்டர் வரைபடங்களைச் செய்து அனுப்பினார். வீட்டைச் சுத்தமாக்கினார். துணிகளைச் சலவை யந்திரத்தில் போட்டார். அஞ்சல் பெட்டியில் சேகரமான கடிதங்களை எடுத்து வந்து மேசையில் வைத்தார். முதல் நாள் வாங்கிய சீன உணவு கொஞ்சம் மீதம் இருந்தது. ஒரு கோழிக்கால் சூப் செய்தார். காப்பகத்துக்குப் போய் மகனை அழைத்து வந்தார். அவருடைய மனம் அலை பாய்ந்தது. நிம்மதி போய்விட்டது. எப்படி யோசித்தாலும் மனம் ஓர் இடத்தில் வந்து நின்றது, மேலே நகரவில்லை.

நாற்காலியை இழுத்து வரவேற்பு அறையின் நடுவில் போட்டு அதன் மேல் உட்கார்ந்தார். அப்படித்தான் அவர் மனதை அமைதிப் படுத்துவார். பக்கத்தில் தரையில் உட்கார்ந்து மகன் புத்தகப் பக்கங் களைத் திருப்பி விளையாடினான். ஒவ்வொரு பக்கம் புரட்டும் போதும் ஒரு புது மிருகம் எழும்பி நின்று சத்தம் போடும். அவனைப் பார்க்க பார்க்க லூசிக்குத் துயரம் பொங்கியது. வாய்விட்டு அழுதார். மகனை எடுத்து மடியில் வைத்துக் கொஞ்சினார். அவன் தாயாரை நோக்கி ஒன்றுமே புரியாமல் கன்னத்தைத் தடவினான். அவனுடைய சின்ன விரல்கள் கண்ணீரில் நனைந்தன. அவன் ஆச்சரியத்தோடு நிமிர்ந்து பார்த்தான்.

லூசிக்குத் தன்னுடைய அம்மாவின் யோசனை வந்தது. அம்மாவுக்குத் தொலைபேசினார். அவர் என்ன சொல்வார் என்று லூசியால் ஓரளவுக்கு ஊகிக்க முடிந்தது. லூசி சொன்னதில் தாயார் பாதியைத்தான் கேட்டார். உடனேயே குழறத் தொடங்கினார். 'நான் உனக்குச் சொன்னேனே. விஞ்ஞானிகளை நம்பக்கூடாது என்று. இதுதான் எனக்கும் நடந்தது. உன் அப்பா உனக்கு மூன்று வயது நடந்தபோது ஒருவித காரணமும் இல்லாமல் திடீரென்று மறைந்தார். நான் உனக்குத் தந்த ஆலோசனைகளை நீ எப்பவும் மதித்தது கிடையாது. இப்ப ஒன்றுக்கும் யோசியாதை. குழந்தையைத் தூக்கிக்கொண்டு உடனே புறப்படு. சிலந்தி தான் உண்டாக்கிய நூலில் தொங்குவதுபோல நீ தொங்கிக்கொண்டு இருக்கிறாய். தேவை இல்லை. உன்னுடைய அறை அப்படியே இருக்கிறது. நான் இருக்கிறேன், நீ இங்கே வா. நாங்கள் பேசி ஒரு முடிவுக்கு வருவோம்.'

லூசி தனக்கு வேண்டிய அத்தியாவசியமான பொருள்களை ஒரு சூட்கேசில் அடுக்கினார். இன்னொரு பெட்டியில் குழந்தையின் சாமான்களை அடைத்தார். இரண்டுக்கும் நடுவில் ஒரு கதிரையில் உட்கார்ந்து காத்திருக்கத் தொடங்கினார். கிறிஸ்மஸ் மரம் அழகாக அலங்கரிக்கப்பட்டு மின் விளக்குகள் எரிந்து நூர்ந்து மறுபடியும் எரிந்தன. மகனைப் பார்க்க லூசிக்கு மறுபடியும் துக்கம் பொங்கி வந்தது. அவனை அணைத்துக்கொண்டு பேசினார். 'நீ இனிமேல்

தகப்பன் இல்லாமல் வாழப்பழக வேண்டும். நான் அப்படித்தான் வளர்ந்தேன். துணிவாக இரு' என்று சொல்லிக்கொண்டே குழந்தையைத் தூக்கிக் கொஞ்சினார். அது புரியாமல் மிரள மிரள விழித்தது.

டேவிட் வழக்கத்திலும் பார்க்க ஒரு மணி பிந்தி அலுவலகத்திலிருந்து புறப்பட்டார். எப்பவும் அவர் கிளம்பத் தயாராகும் போது தான் தலைமைச் செயலகத்திலிருந்து முக்கியமான தகவல் ஏதாவது வரும். கடந்த வருடங்களிலும் பார்க்க நடப்பு வருடத்தில் மீன் வலையில் மாட்டி இறக்கும் கடல் ஆமைகளின் எண்ணிக்கை அதிகரித்திருக்கிறது. ஒரு பத்திரிகை விளக்கம் கேட்டிருக்கிறது. அது சம்பந்தமாகச் சிந்தித்தபடி வேகமாக காரை ஓட்டினார்.

கார் வந்து நிற்கும் சத்தம் கேட்டது. டேவிட் இறங்கி உள்ளே நுழைந்தார். மனைவியின் கோலத்தைப் பார்த்து ஒரு கணம் திகைத்து அப்படியே நின்றார். லூசிக்கு அவரைக் கண்டதும் கோபத்தை மீறி அழுகைதான் வந்தது. 'என்ன? என்ன நடந்தது?' டேவிட் பதறினார்.

'எனக்கு எல்லாமே தெரிந்துவிட்டது. இனிமேல் மறைக்க வேண்டிய அவசியம் இல்லை. உங்களுக்கு இரண்டு வாழ்க்கை தேவையில்லை. எனக்கு ஒருவித தடையும் இல்லை. நான் அம்மா வீட்டுக்குப் போறேன்' என்றபடி லூசி எழும்பினார்.

'என்ன பேசுகிறீர். ஏன் அம்மா வீட்டுக்குப் போகவேண்டும்? என்ன நடந்தது? சொன்னால்தானே தெரியும். விளையாடுகிறீரா?'

'விளையாட்டா? நான் மணத்தை முறிக்கப் போறேன்.'

'பரவாயில்லை. என்ன குற்றம் என்றாவது சொல்லலாம். இல்லையா?'

'நீங்கள் இனி இன்னொருத்தியுடன் வாழ்வதுதான் முறை. அம்மாவுடன் பேசிவிட்டேன். அங்கேதான் நானும் பிள்ளையும் போகப் போகிறோம்.'

'இன்னொருத்தியா? இது என்ன கூத்து. அவரை எனக்கு அறிமுகம் செய்து வைத்தால் பெரும் உதவியாக இருக்கும்.'

'விளையாட்டாய்ப் பேசினால் போதுமா? உங்களுடன் கதைப் பதில் ஒருவித பிரயோசனமும் இல்லை.' லூசி சூட்கேசைத் தூக்கினார்.

துப்பாக்கிக்காரனுடைய சம்பவத்துக்குப் பிறகு டேவிட்டுக்கு நன்றாக மன்றாடுவதில் பயிற்சி இருந்தது. கெஞ்சும் குரலில் கேட்டார், 'அந்த இன்னொருத்தி யார் என்றாவது சொல்லிவிட்டுப் போகலாமே. நான் நிறுத்த மாட்டேன்.'

'சரி, சொல்கிறேன். எங்கள் வீட்டுக்கு ஒரு கிறிஸ்மஸ் மரம் காட்டிலிருந்து வெட்டிக்கொண்டு வந்தீர்கள். அது இங்கே சோடிப்

போடு இருக்கிறது. உங்கள் கோட்டுப் பையில் நேற்று இன்னொரு கிறிஸ்மஸ் மரம் வாங்கிய ரசீது காணப்பட்டதே. அது யாருக்கு, அவளுக்குத்தானே?'

நூறு மில்லியன் ஆண்டுகளாக இந்தப் பூமியில் வாழும் கடல் ஆமைகளின் வழித்தடத்தை ஆராய்ந்து, அவை அடுத்து எந்தப் பாதையில் போகும், எங்கே முட்டை இடும், அதற்கு எத்தனை நாட்கள் செல்லும் என்பதை முன்கூட்டியே துல்லியமாகக் கணித்துச் சொல்லும் வல்லமை படைத்த கடல் ஆமை விஞ்ஞானி, அரைக் கணம் திகிலடித்து சும்மா நின்றார். பின்னர் அவர் வாய், பட்டனை அழுத்தினால் கார் பின்கதவு மெள்ள மெள்ள திறப்பதுபோல, ஆவென்று திறக்க ஆரம்பித்தது.

அது மூட முன்னர் கதை முடிந்தது.

✸

மண்தேய்த்த புகழ்

கனடாவில் மருத்துவர்களுக்கு என் பெயர் பிடிக்காது. என் பெயரைப் பல்லிலே சப்பி தாறுமாறாக உச்சரிப்பார்கள். என்னுடைய மருத்துவருக்கு ஒருநாள் சரியான உச்சரிப்பைச் சொல்லிக் கொடுத்தேன். அவர் என்னை அசைக்கும் ஒரு கேள்வி கேட்டார். 'உங்களுடைய மொழி எந்த நாட்டுக்குச் சொந்தம்?' நான் தலையைக் குனிந்தேன். 'நாடு கிடையாது. மாநிலம் இருக்கிறது' என்றேன். அவருடைய நாடு ஜமாய்க்கா, மூன்று மில்லியன் மக்கள் தொகை; அவர்கள் மொழி பட்டோயிஸ் என்றெல்லாம் அவர் ஏற்கனவே எனக்குச் சொல்லியிருக்கிறார். நான் நல்ல குரலை வரவழைத்து '80 மில்லியன் மக்கள் உலகத்தில் தமிழ் பேசுகிறார்கள்' என்றேன். அவர் கேட்டது மாதிரி தெரியவில்லை. 'தமிழ் செம்மொழி; ஆதி மொழி; 2500 ஆண்டுகள் பழமையான இலக்கியங்கள் கொண்டது' என்றெல்லாம் சொல்வதற்குத் தயாராக இருந்தேன். மருத்துவரோ ஊசியைத் தூக்கிப் பிடித்தபடி என் பின்பக்கத்தைப் பார்த்துக்கொண்டு நின்றார். நான் பேச்சை நிறுத்தவேண்டி வந்தது.

பல வருடங்களுக்கு முன்னர் நான் இருபது ஆங்கில எழுத்தாளர்களைத் தேடித்தேடி நேர்காணல் செய்து அதைப் புத்தகமாக வெளியிட்டிருந்தேன். அலிஸ் மன்றோ, மார்கிரட் அட்வூட், ரோபையாஸ் வூல்ஃப், டேவிட் செடாரிஸ் போன்றவர்கள் எல்லாம் தயங்காமல் ஒத்துழைத்தார்கள். நேர்காணல் முடிந்த பின்னர் அவர்களிடம் தமிழ் மொழி பற்றிக் கேட்டேன். பலருக்குத் தெரியவில்லை. சிலர் கேள்விப்பட்டிருந்தார்கள். ஒன்றிரண்டு பேர் அதன் பெருமையைத் தெரிந்து வைத்திருந்தார்கள். அநேகமாக எல்லோருக்கும் நேர்காணல் முடிந்த பின்னர் ஏ.கே. ராமானுஜனின் Poems of Love and War புத்தகத்தை அனுப்பிவைத்தேன். சிலர் பதில் அனுப்பினார்கள். ஒன்றிரண்டு பேர் தமிழின் பழமையையும், மேன்மையையும் உணர்ந்து மெச்சினார்கள். நாங்கள் எப்படி ஆங்கில இலக்கியத்தைத் தேடி ஆராய்ந்து படிக்கிறோமோ அப்படி அவர்கள் வேற்று மொழி

இலக்கியங்களை ஆர்வத்துடன் படிப்பதில்லை. நாங்கள்தான் எங்கள் மொழியை அவர்களிடம் பரப்பவேண்டும்.

எனக்கு பொது இடங்களில் தமிழர் என்று சொல்லத் தயக்கம். தமிழ் எழுத்தாளர் என்று அறிமுகம் செய்ய இன்னும் கூச்சம். உடனே கேள்வி வரும். 'தமிழா? அது என்ன மொழி? ஏன் எழுது கிறீர்கள்?' ஒரு தச்சு வேலைக்காரரிடம் ஏன் தச்சு வேலை செய்கிறார் என்று ஒருவரும் கேட்பதில்லை. தண்ணீர் குழாய் திருத்துனரிடம் ஏன் அந்த வேலையைச் செய்கிறீர்கள் என்று யாரும் கேட்பதில்லை. எழுத்தாளரிடம் முதல் வேலையாக அதைக் கேட்பார்கள். Epitectus என்ற கிரேக்க தத்துவஞானி 'நீ எழுத்தாளராக வரவிரும்பினால், எழுது' என்பார். சிறுவயதிலேயே நான் எழுத ஆரம்பித்துவிட்டேன். வாசகர்தான் கிடையாது. அயலிலே ஒரு படுகிழவி வாழ்ந்தார். கையிலே ரேகை மறைந்துவிட்டது. நூறுவயது இருக்கும். அவருக்குக் கதை சொல்வேன். அவரும் சொல்வார். கடைசியில் ஒருநாள் 'என்னை மறந்துவிடாதே' என்றார். எனக்குப் புரியவில்லை. இவரை நினைப்பதனால் அவருக்கு என்ன வந்தது? மனித மனம் புகழுக்கு ஆசைப்படுவது இயற்கை. உடல் அழிந்தாலும் பெயர் நிலைத்து நிற்கவேண்டும். சேக்ஸ்பியருடைய ஹாம்லெட்டில் கடைசி காட்சி. ஹாம்லெட் அவனுடைய நண்பன் ஹொரேசியோவிடம் சொல்வான், 'நீ தற்கொலை செய்யாதே. என்னுடைய கதையை உலகத்துக்குச் சொல்.'

எழுத்தாளர்கள் இன்னொருவர் படிக்கவேண்டும் என்றுதான் எழுதுகிறார்கள். தாங்கள் மறைந்த பின்னும் தங்கள் எழுத்து வாழவேண்டும் என்பதுதான் அவர்கள் விருப்பம். புகழ் ஒன்றுதான் இலக்கு. ஆனால் இந்தப் புகழ் என்பது தமிழ் எழுத்தாளர் ஒருவருக்குக் கிட்டாத ஒன்றுதான். உலகப் புகழ் என்பதை நினைத்துக்கூடப் பார்க்க முடியாது. இந்திரசித்து வதைப் படலத்தில் ராவணன் கூறுவான் இராமன் பெயர் நிற்குமாயின் தன்னுடைய பெயரும் நிற்கும் என்று. 'இன்று உளர் நாளை மாள்வர், புகழுக்கும் இறுதி உண்டோ' என்கிறான். திருவள்ளுவர் புகழ் பற்றி இப்படிச் சொல் கிறார்.

ஒன்றா உலகத் துயர்ந்த புகழல்லால்
பொன்றாது நிற்பதொன் றில்.

உலகத்தில் அழியாது நிற்பது புகழ் ஒன்றுதான்.

பிறநாட்டு அறிஞர்கள் தங்கள் படைப்புகளைப் பரப்ப என்ன வெல்லாம் செய்கிறார்கள், தங்கள் எழுத்தை உலகுக்கு அறிமுகம் செய்ய எத்தனை முயற்சி எடுக்கிறார்கள் என்பதை அவதானித்தால் பிரமிப்பு ஏற்படும். கனடாவில் அமெரிக்க எழுத்தாளர் டேவிட் செடாரிஸ் ஒரு கூட்டத்தில் உரையாற்றினார். நுழைவுச் சீட்டு 10 டொலர். ஏறக்குறைய 2000 பேர் அந்தக் கூட்டத்துக்கு வந்திருந்தார்கள். எழுத்தாளர் உரையாற்றவில்லை, தான் எழுதிய புத்தகத்திலிருந்து சில பக்கங்களை வாசித்தார். கூட்டம் முடிந்த பின்னர் சபையோர் அவருடைய புத்தகங்களை வரிசையில் நின்று வாங்கினார்கள். அடுத்த நாள் காலை அந்த எழுத்தாளர் சொன்னார் தான் இரண்டு மணி நேரம் ஒரே இடத்தில் நின்றபடி புத்தகங்களில் கையெழுத்திட்டதாக. என்னால் நம்பமுடியவில்லை. ஓர் ஆங்கில எழுத்தாளரில் எத்தனை மதிப்பு வைத்திருக்கிறார்கள். ஒரு தமிழ் எழுத்தாளருக்கு இப்படியான மதிப்பு கிடைப்பதற்கு நாங்கள் இன்னும் எத்தனை வருடங்கள் காத்திருக்க வேண்டும் என்ற எண்ணம் தான் என் மனதில் ஓடியது.

சேக்ஸ்பியருடைய நாடகம் ஒன்று ஒவ்வொரு நாளும் உலகத்தின் ஏதோ ஒரு மூலையில் நடந்துகொண்டுதான் இருக்கிறது. ஓர் ஆங்கில எழுத்தாளர், பிரிட்டிஷ் அரசாங்கம் வருடாவருடம் எத்தனையோ ஆயிரம் பவுண்டுகள் சேக்ஸ்பியரைக் கொண்டாடுவதற்காகச் செலவழிக்கிறது என்று சொன்னார். முற்றிலும் நம்பக் கூடியதுதான். 400 வருடங்களுக்கு முன்னர் பிறந்த ஆங்கிலக் கவிஞரை உலகம் மறக்கக்கூடாது, அவர் பெருமையைக் கொண்டாட வேண்டும் என்று பிரிட்டிஷ் அரசு நினைக்கிறது. அவர்கள் மொழியைத் தொடர்ந்து பரப்ப ஆகவேண்டிய செயல்பாடுகளை இன்றும் தொடர்ந்து செய்கிறார்கள்.

ஜேம்ஸ் ஜோய்ஸ் என்ற எழுத்தாளர் அயர்லாந்துக்காரர், டப்ளின் நகரில் பிறந்தவர். அவர் எழுதிய பிரபலமான நாவல் யூலிசிஸ். அதன் கதாநாயகன் பெயர் புளூம். கதாநாயகனின் ஒரு முழு நாளை அந்த நாவல் வர்ணிக்கிறது. காலையிலிருந்து மாலைவரை அவன் என்ன என்ன செய்தான், டப்ளின் நகரில் எங்கேயெல்லாம் அலைந்தான் என்பதுதான் நாவல். அந்த ஒருநாள் யூன் 16. அயர்லாந்திலும், இன்னும் பல நாடுகளிலும் இந்த நாள் கொண்டாடப்படுகிறது. இதற்கு பெயர் Bloom's Day, அதாவது புளூமின் நாள். ஜேம்ஸ் ஜோய்ஸ் நாள் என்றால் கூட பரவாயில்லை, ஆனால் நாவலின் ஒரு பாத்திரத்தைக் கொண்டாடுகிறது. இதற்காக அயர்லாந்து

பணத்தை அள்ளி வீசுகிறது. ஒரு மொழியையும், நாவலையும், ஆசிரியரையும் ஒரு நாடு கொண்டாடுகிறது. எத்தனைப் பெருமையான விசயம். தமிழில் இப்படி ஒரு நாவலையோ, எழுத்தாளரையோ கொண்டாடும் அரசு ஒருநாள் வருமா?

தமிழின் பெருமையை வெளிநாட்டினருக்கு எடுத்துச் சொல்ல வேண்டிய கடமை தமிழர்களுக்கு உண்டு என்று பாரதி நம்பினான். 'மறைவாக நமக்குள்ளே பழங்கதைகள் சொல்வதிலோர் மகிமை இல்லை. திறமான புலமை எனில் வெளிநாட்டோர் அதை வணக்கஞ் செய்தல் வேண்டும்.' எங்கள் பெருமையை நாங்களே முழுவதும் உணரவில்லை. அப்படியிருக்க வெளிநாட்டோர் எப்படி அறிவார்கள். கார்த்தெல்லா என்ற நூல்தான் ஐரோப்பாவுக்கு வெளியே முதல் அச்சில் ஏறிய தமிழ் புத்தகம் என்பது பலருக்குத் தெரியாது. முதல் அச்சு நூல் இந்தி அல்ல, உருது அல்ல, வங்காளம் அல்ல, கொரியன் அல்ல. அது தமிழ் நூல். இது அச்சடிக்கப்பட்ட போது சேக்ஸ்பியர் பிறக்கவில்லை; நியூட்டன் பிறக்கவில்லை; ஜோர்ஜ் வாசிங்டன் பிறக்கவில்லை. அச்சுக்கலையைப் பயன்படுத்திய மூத்த மொழி தமிழ் என்பது எத்தனைப் பெருமையான விசயம்.

தமிழை வெளியுலகத்துக்குக் கொண்டுபோக வேண்டும் என்ற முயற்சி முக்கியமாக வேற்று நாட்டவர்களால்தான் முன்னெடுக்கப் பட்டது. இந்த அக்கறையில் பாதியைக்கூட தமிழ் அறிஞர்கள் காட்டியதில்லை. பீட்டர் பெர்சீவல் பாதிரியார். இவர்தான் பைபிளை ஆறுமுகநாவலர் உதவியுடன் தமிழில் மொழிபெயர்த்தவர். அத்துடன் தமிழ் ஆங்கிலம் அகராதியையும் உண்டாக்கினார். ஜி.யு. போப் திருக்குறள், திருவாசகம் ஆகிய நூல்களை ஆங்கிலத்தில் மொழிபெயர்த்தார். திருவாசகத்தை மொழிபெயர்த்ததற்காக இங்கிலாந்தில் வழக்கு போடப்பட்டது. ஆனாலும் போராடி வென்றார். கமில் ஸ்வலபெல் கல்வியாளர். தமிழைப்பற்றி பிற நாட்டினருக்குச் சிறப்பான அறிமுகம் செய்தவர். கொன்ஸ்டண்டையின் யோசப் பெஸ்கி சதுரகராதி செய்தார். தமிழ் எழுத்தில் பல சீர் திருத்தங்கள் கொண்டுவந்தார். வீரமாமுனிவர் என்று பெயரை மாற்றினார். தேம்பாவணி இவர் எழுதியதுதான். தமிழை வெளி யுலத்துக்கு எடுத்துப்போக இவர்கள் செய்த சேவைகளை மறக்க முடியாது.

தமிழின் மேன்மை பிறர் அறியாமல் போனது போதுமான மொழிபெயர்ப்புகள் தமிழிலிருந்து வேறுமொழிகளுக்கு, முக்கியமாக

ஆங்கிலத்துக்குச் செய்யப்படவில்லை என்பதுதான். அப்படிச் செய்திருந்தாலும் அவை போதுமான கவனத்தை ஈர்க்கும் விதமாக அமையவில்லை. உமர் கய்யாமுடைய பாரசீக மொழியில் எழுதப் பட்ட கவிதைகளை ஆங்கிலத்தில் மொழிபெயர்த்தபோது தீப் பிடித்ததுபோல அந்த நூலின் புகழ் பரவியது. உமர் கய்யாம் உலகத் தினரால் உடனேயே அறியப்பட்டார். தமிழ் மொழிபெயர்ப்பு ஒன்றும் அப்படியாகக் கவரவில்லை. மொழிபெயர்ப்பின் தரம் குறைவானதாக இருந்திருக்கலாம். மொழிபெயர்ப்பு என்பது ஒரு சட்டையை உள்பக்கமாகத் திருப்பி அணிவது போல. உடம்பை மறைக்கும், அதே வடிவம்; அதே அளவு; பட்டன்களைப் பூட்டலாம். ஆனால் சட்டைப்பை உள்ளே போய்விடும். அதுபோல சில நுணுக் கங்கள் மொழிபெயர்ப்பில் மறைந்துவிடும். முறையான பயிற்சியும், உழைப்பும், ஈடுபாடும் இருந்தால்தான் இதைச் செய்ய முடியும்.

சங்கப்பாடல்களில் பண்டைய தமிழர்களின் வணிகம் பற்றிய செய்திகள் வந்தபடியே இருக்கும். கிரேக்கத்துக்கும் தமிழ் நாட்டுக்கும் இடையே நிறைய தொடர்பு இருந்தது. 1800 வருடங்களுக்கு முன்னர் தமிழ் நாடு வணிகர் ஒருவருக்கும் எகிப்து நாட்டு வணிகருக்கும் இடையில் ஏற்பட்ட ஒப்பந்தம் வியன்னா அருங்காட்சியகத்தில், பாப்பிரஸ் ஏடுகளில் கிரேக்க மொழியில் எழுதப்பட்டு இன்றும் பாதுகாக்கப்படுகிறது. சங்கப்பாடல் பெருமைகளுக்கு இதுவோர் அத்தாட்சி. இத்தனைப் பெருமையும் புகழும் இருந்தாலும் உலக மேசையில் தமிழ் மொழிக்கு ஏற்ற இடம் இல்லை. தமிழ் பெருந்தகை களுக்கும், கல்வியாளர்களுக்கும், எழுத்தாளர்களுக்கும் உரிய மரியாதை கிடைப்பதேயில்லை.

பல நூறு வருடங்களாகத் தமிழ்ப் புலவர்கள், சங்க காலத்திலிருந்து இன்றுவரை, தங்கள் பாடல்களைக் கையில் ஏந்திக்கொண்டு வாயிலில் தான் காத்து நிற்கிறார்கள். ஒரு புலவர் 'முடிந்தால் கொடுக்கிறாய். சில சமயம் கைவிரிக்கிறாய். நான் திரும்ப என் மனைவியிடம் செல்கிறேன்' என்று போய்விடுகிறார். இன்னொரு புலவர் வாயிலில் நின்று களைத்து அலுத்துப்போய் 'எத்திசைச் செலினும் அத்திசைச் சோறே' என்று வீராப்பாகக் கூறிவிட்டுப் புறப்படுகிறார். இன்னொரு புலவர் 'நான் திரும்பச் செல்கிறேன். முதல்நாள் பரிசில் கிடைத்து விட்டது போல நம்பிக்கை தந்தாய். ஆனால் கிடைக்கவில்லையே' என்று வயிறு எரிகிறார்.

இந்த நிலைமை இன்றைக்கும் மாறவில்லை. 'தன்னேரில்லாத தமிழ்' என்பதே சரியான சித்தரிப்பு. தமிழின் பெருமையும் அந்த மொழியில் எழுதும் படைப்பாளிக்கான மதிப்பும் பிறந்த நாட்டில் கிடைப்பதில்லை. வெளிநாட்டிலும் கவனம் இல்லை. ரஸ்ய எழுத்தாளர் செக்கோவுடைய நாடகத்தில் வரும் மூன்று சகோதரிகள் காத்திருப்பதுபோல எழுத்தாளர்களாகிய நாமும் நல்ல காலத்துக்குக் காத்திருப்போம். என்ன பிரச்சினை? ஆக இரண்டாயிரம் வருடங்கள் தானே ஓடியிருக்கின்றன!

அறம் நனி சிறக்க

அல்லது கெடுக.

✺

அதிர்ஷ்டம்
என்பது ஒருவித திறமை

டிசம்பர் 21 நடுச்சாமம். கனடாவின் அதி நீண்ட இரவு. 15 மணி நேரம் இரவு; 9 மணி நேரம் பகல். வெளியே பனி கொட்டிக் கொண்டே இருந்தது. யன்னலில் பாதி உயரத்துக்கு ஏறிவிட்டது. அது சற்று ஓய்ந்ததும் வேறு விதமான சத்தம் ஆரம்பித்தது. சற்று நேரம் நின்று மறுபடியும் துவங்கியது. பழுதுபட்ட வாகனம் கிளம்புவதுபோல ஒரு வித்தியாசமான ஒலி. மெதுவாக படுக்கையை விட்டு எழும்பிப் போய் வெளி லைட்டைப் போட்டேன். பக்கத்து வீட்டு நிலவறையில் வாடகைக்குக் குடியிருக்கும் சோமாலியாக்காரர் என் வீட்டுப் பனியை நீண்ட பனிவாரியால் அள்ளிக் கொட்டிக் கொண்டிருந்தார். அடர்த்தியான கறுப்பு குளிர் அங்கி தரித்து தலையையும் காதையும் மறைத்து தொப்பி அணிந்திருந்தார். என்ன காரணத்துக்கு அவர் இந்தப் பாடுபடுகிறார்.

அடுத்த நாளே காரணம் புரிந்தது. அவருடைய மகளுக்கு மறுபடியும் கணிதம் சொல்லித்தர வேண்டுமாம். நான் ஏற்கனவே மறுத்து விட்டேன். ஓய்வு பெற்ற பிறகு நான் ஒருவருக்கும் பாடம் சொல்லித் தருவதில்லை. ஆனால் ஓமர் ஆமெட் என்னை விடுவ தாயில்லை. அவருடைய 12 வயது மகள் அபசிர் ஆறாம் வகுப்பு படிக்கிறாள் ஆனால் பத்தாம் வகுப்புக் கணிதங்களை ஒருவித பிரச்சினை இல்லாமல் செய்துமுடிப்பாள். போன மாதம் அவள் என்னிடம் வந்தபோது நான் அவளைப் பரீட்சித்தேன். அந்தச் சிறுமிக்குப் பாடம் எடுக்க வேண்டிய அவசியமே இல்லை என்று எத்தனை தரம் சொன்னாலும் தகப்பன் கேட்பதாயில்லை.

அபசிர் வந்த முதல் நாள் அவளுடைய புத்திக்கூர்மையைச் சோதிக்க ஒரு சின்னக் கணக்கு கொடுத்தேன். ஒரு தோட்டத்தில் சில மரங்களும் குருவிகளும் இருந்தன. குருவிகள் மரத்துக்கு ஒன்றாக உட்கார்ந்தால் ஒரு குருவி மிஞ்சும். இரண்டு இரண்டாக உட்கார்ந் தால் ஒரு மரம் மிஞ்சும். எத்தனை மரங்கள், எத்தனைக் குருவிகள்? அவள் நான் கேள்வியை முடிக்க முன்னரே பதில் சொல்லிவிட்டாள்.

நீதான் மிக அருமையாக கணிதங்களுக்கு விடை காண்கிறாயே. உன் அப்பா விருப்பப்படி கனடாவில் நாடளாவிய விதத்தில் நடைபெறும் கணிதப் பரீட்சையில் ஏன் பங்கு பற்றக் கூடாது என்று கேட்டேன். சிறுமியாக சோமாலியாவில் வாழ்ந்தபோதே அவளுக்குக் கணிதத்தில் அளவற்ற ஆர்வம். போர் காரணமாக கென்யாவின் தலைநகரமான நைரோபிக்குக் குடிபெயர்ந்தார்கள். அங்கே அவளுக்குத் தகப்பன் கணிதப் பாடம் சிறப்பாகப் படிக்க ஒழுங்கு செய்தார். அபசிர் கணிதத்தில் பெரும் புகழ் பெறவேண்டும் என்பது அவர் விருப்பம். அவளுக்கு அது பிடிக்கவில்லை. அந்தச் சின்ன வயதில் தன்னுடைய சொந்த சிந்தனைப் பாதையை உருவாக்க விரும்பினாள். 'எல்லா முறையும் ஒரே முடிவைத்தானே தரும்' என்றேன். அவள் தலை குனிந்து நின்றாள். கணிதப் புதிரிலும் பார்க்கக் கூடிய புதிராக அவள் இருந்தாள்.

சாப்பிடுவதற்கு மனைவி ரொட்டி கொண்டுவந்து வைத்தார். சிறுமி சடக்கென்று ரொட்டியை எடுத்து பிசைந்து உருண்டையாக்கி மெள்ள கடித்து சாப்பிட்டாள். ஏன் அப்படிச் செய்தாள் என்று கேட்டேன். அகதி முகாமில் எப்பவும் உணவுத் தட்டுப்பாடு. காதிலே பசி பசி என்ற சத்தம் கேட்கும். ரொட்டியை உடனே சாப்பிடா விட்டால் யாராவது பறித்து தின்றுவிடுவார்கள். உருட்டி வைத்ததும் அது உங்களுடையது ஆகிவிடுகிறது. ஒருவரும் தொட மாட்டார்கள் என்றாள். அவள் ஏதாவது பேசத் தொடங்கினால் அவளை மறுபடியும் கணிதப் பக்கத்துக்குத் திருப்ப முடியாது. கதைத்துக் கொண்டே இருப்பாள்.

'எங்களுடைய வீடு ஒட்டகச் சாணியால் செய்தது. ரயில் வண்டிபோல வீடு நீளமாக இருக்கும். சோமாலியாவில் ஒரு பழமொழி உண்டு. ஒட்டகம் இல்லாதவன் செத்தால் அது செய்தியே அல்ல. என்னுடைய அப்பாவிடம் சில ஒட்டகங்கள் இருந்தன. அவர் அவற்றை மேய்ச்சலுக்கு ஓட்டிக்கொண்டு போவார். சில சமயம் ஒரு மாதமாகியும் திரும்பமாட்டார். புல்வெளியில் ஒட்டகப் பாலைக் குடித்துக்கொண்டு வாழப் பழகியிருந்தார். திரும்பும்போது ஒட்டகம் கொழுத்திருக்கும், அப்பா மெலிந்துபோய் இருப்பார். ஒவ்வொரு வருடமும் அரபு நாடுகளுக்கு ஒட்டகம் ஏற்றுமதி செய்வார். ஒட்டக மூத்திரத்துக்கு மருத்துவ குணங்கள் உண்டு. நான் அவற்றைப் போத்தலில் அடைத்து விற்பேன். அப்பா அந்தக் காசை என்னிடமே தருவார். நாங்கள் பணக்காரர்கள் இல்லை ஆனால் வசதியாக இருந்தோம். நாட்டை விட்டுப் புறப்பட்டபோது ஒட்டகங்களை விற்றோம். ஒட்டகங்களில் அப்பாவின் டெலிபோன் நம்பர்களைப் பதிந்து வைத்திருப்போம். ஒட்டகங்களை வாங்கியவர், எங்களுடன் நல்ல உறவு வைத்திருந்தவர். விற்பனைக் கணக்குகள் என் மூளையில்

இருக்கும். நண்பர் கணிசமான தொகைக்கு ஏமாற்றிவிட்டார் என்பது நான் சொல்லித்தான் அப்பாவுக்குத் தெரியும். போர் நல்லவர்களையும் மோசமானவர்களாக மாற்றிவிடும்.'

அபசிர் தினம் வருவாள். ரொட்டியை உருட்டி உருட்டி சாப்பிடுவாள். பிறகு அன்றைய கதையை ஆரம்பிப்பாள். என்னிடம் படிப்பதை நிறுத்திவிட்டாள். எனக்கும் சொல்லிக் கொடுப்பதற்கு ஒன்றும் இல்லை. 'சோமாலியாவில் ஐந்து குழுக்கள் ஒன்றுடன் ஒன்று சண்டை போட்டன. நீங்கள் ஒரு குழுவிடம் பிடிபட்டதும் மற்ற குழுக்களைத் தாக்கிப் பேசினால் விட்டுவிடுவார்கள். ஆனால் எங்களைப் பிடித்த குழு எது என்பதை எப்படியோ நுட்பமாக அறிந்து வைக்க வேண்டும். உங்கள் வாழ்க்கை அதில்தான் தங்கியிருக்கிறது.'

'துப்பாக்கிச் சூடும் சத்தம் கேட்டதும் நாங்கள் ஓடத் தொடங்குவோம். எந்தத் திசை என்று இல்லை. எந்தப் பக்கம் ஓடினாலும் ஒரு காட்டில்தான் முடியும். இரண்டு நாட்கள் நாங்கள் மரத்திலே தங்கினோம். நான் கீழே இறங்கவே இல்லை. அப்பா பழங்களும் கிழங்குகளும் பறித்து தந்தார். யாரிடம் இருந்து மறைந்து வாழ்ந்தோம் என்பது இன்றுவரை எனக்குத் தெரியாது. பக்கத்து மரத்திலே தங்கிய பெண் மரத்திலேயே ஒரு பெண்குழந்தையைப் பெற்றெடுத்தார். அது இரண்டு நாள் வாழ்ந்தது. மூன்றாவது நாள் அந்த மரத்தின் அடியிலேயே அதைப் புதைத்தார்கள்.'

'மரத்திலே வாழ்ந்த அந்த இரண்டு நாளும் என் மனதிலே நிறைய கணித தேற்றங்கள் தோன்றிக்கொண்டே இருந்தன. அவற்றை என்னால் நினைவில் நிலைநிறுத்தி வைக்க முடியவில்லை. அத்தனை வேகமாக அவை கொட்டிக்கொண்டே இருந்தன. மரத்திலே இருந்து இறங்கிய பின்னர் என் கையில் கிடைத்த பழைய தினசரி பேப்பர் ஒன்றில் ஞாபகத்தில் வந்த தேற்றங்களைக் குறித்து வைத்துக் கொண்டேன். பாதிக்கு மேல் அவை மறந்துபோய் விட்டன. பின்னர் எத்தனை முறை யோசித்தாலும் அந்தத் தேற்றங்கள் எனக்கு மறுபடியும் கிடைக்கவே இல்லை.'

'சோமாலியாவில் இருந்து தப்பி நைரோபி வந்த பிறகு கனடாவுக்குப் போவதற்கான முயற்சிகளை அப்பா தொடங்கினார். நைரோபியின் பெரிய ஆடைக்கடை ஒன்றுக்குள் நானும் அப்பாவும் நுழைந்தோம். விசா எடுப்பதற்கு நல்ல ஆடை உடுத்தி நான் நிற்கும் படம் தேவை என்று அப்பா சொன்னார். நான் நல்ல அளவான ஆடை ஒன்றைத் தெரிவு செய்துவிட்டு உடை மாற்றும் அறைக்குள் அளவு பார்க்க நுழைந்தேன். நல்ல அளவாக இருந்தது. ஒரு சீமாட்டிபோல என்னை அந்த ஆடை மாற்றிவிட்டது. அப்பா அங்கேயே என்னைப் படம்

பிடித்தார். ஆடையை அங்கேயே விட்டோம், படத்தை விசாவுக்கு அனுப்பினோம். விசா நிராகரிக்கப்பட்டது.'

'துரோகத்துக்கு மாத்திரம்தான் ஆகக்கூடிய தண்டனை சோமாலி யாவில் கிடைக்கும். கல்லால் எறிந்து கொல்வதை நான் பார்த்திருக் கிறேன். ஒரு முறை இறந்தால் போதுமானது, விட்டுவிடுவார்கள். அது என்னைத் தொந்தரவு செய்தது. அடுத்த தடவை அகதி விண்ணப்பம் கொடுக்க அப்பா போனபோது அவருடன் நானும் போனேன். வெள்ளைக்காரர் கறுப்பு கண்ணாடி மாட்டியிருந்தார். அவர் என்னவோ கேட்டார். அப்பாவின் பதில்கள் தாறுமாறாக இருந்தன. அப்பா சொன்ன சம்பவங்கள் அகதிக் கோரிக்கைக்குக் காணாது என்றார் வெள்ளைக்காரர். மரத்தில் ஏறி அங்கே இரண்டு நாட்கள் உணவின்றி கழித்ததை அப்பா சொன்னபோது அதை எல்லோரும் தான் சொல்கிறார்கள் என்றார் கண்ணாடிக்காரர்.'

அடுத்த முறை அதிகாரி ஒரு பெண்மணி. வெள்ளைக்காரி. தாடை கீழே இறங்கியிருக்கும் பெண்மணி.. அப்பாவுக்கு நம்பிக்கை பிறந்தது. வெள்ளைக்காரி கேட்டார், 'உங்களுடைய விருப்பம் என்ன?' அப்பா நான் எதிர்பார்க்காத பதிலைச் சொன்னார். 'நான் வறுமையில் வாடிச் சாகவேண்டும். மரத்தில் இருந்து கீழே விழுந்து சாகக்கூடாது. கொலைபட்டு சாகக்கூடாது. போராளிகள் சண்டை போடும்போது இடையில் புகுந்து குண்டடிபட்டு சாகக்கூடாது. இவ்வளவுதான் கேட்கிறேன்' என்றார் அப்பா. இதற்கும் விசா கிடைக்கவில்லை. இப்படிப் பலமுறை நடந்தது. கடைசியில் விண்ணப் பம் வெற்றியடைந்ததற்கு ஒரு சம்பவம்தான் காரணம். கென்யா பேப்பர்கள் அதைப் பற்றி விரிவாக எழுதின. அந்தச் சமயம் அப்பா அனுப்பிய விண்ணப்பத்துக்கு அவர் எதிர்பாராத தருணத்தில் விசா கிடைத்தது.'

அன்றும் அபசிர் சிரித்து குதித்தபடி ஓடி வந்தாள். 13 வயதுகூட இராது. தலையில் சால்வையால் அவசரமாகச் சுற்றி மீதித்துணியை முதுகிலே வழிய விட்டிருந்தாள். கண்களில் ஏதோ புதிதாகக் கண்டு பிடித்த அறிகுறி. அவை பளபளவென்று மின்னின. அவள் உடல் சருமநிறமும் ஆடையும் ஒரே நிறத்தில் இருந்தது. 'இன்று வீட்டுக்கார அம்மா என்னைக் கூப்பிட்டார். அவருடன் மேல்மாடிக்குப் போனேன். அங்கே பெரிய அறை இருந்தது, எங்கள் முழு வீட்டிலும் பார்க்க பெரிய அறை. நம்ப முடியுமா? உடுப்புகள் வைப்பதற்கு மாத்திரம் அந்தப் பெரிய அறை' என்றாள். அதைத் தெரிந்து என்ன பிரயோசனம். உனக்கு ராமானுஜன் எண் பற்றி தெரியுமா? என்றேன். தெரியாது என்றாள். அந்த மந்திர எண் 1729. அபூர்வமானது. யோசித்து அதைக் கண்டுபிடி. தெரியாவிட்டால் கூகிளில் தேடு' என்றேன்.

அ.முத்துலிங்கம் ◆ 75

அவள் சொல்லத் தொடங்கினாள். 'ஐந்து வயது தொடங்கும் போதே எனக்கு எல்லா எழுத்துக்களும் எண்களும் தெரியும். கூட்டல் கழித்தல் பெருக்கல் எனக் கொஞ்சம் கொஞ்சமாக நானே பயின்றுகொண்டேன். அந்தக் குக்கிராமத்தில் இருந்த ஒரேயொரு பள்ளிக்கு என்னை அனுப்பினார்கள். அங்கே நாள் முழுக்க விளை யாட்டுத்தான். களிமண்ணைப் பிசைந்து மரம், செடி, பூனை, ஒட்டகம், எலி, என்று உருவங்கள் செய்வது. என் மூளை எண்களை வைத்து விளையாடியது. கணக்குகளை மனதுக்குள் போட்டபடி களிமண்ணை உருட்டுவேன். நான் எப்பவும் செய்வது உருளைக் கிழங்குதான். என்ன உருவம் இறுதியாகக் கிடைத்தாலும் உலகத்தில் எங்கோ ஒரு கிழங்கு அதுபோல இருக்கும்தானே.'

'நான் எப்படி எதை நோக்கி ஆராய்ச்சியை ஆரம்பிப்பது?' நான் சொன்னேன், 'சோமாலிய மரத்திலே தோன்றியதுபோல சில உண்மைகள் உனக்குத் தானாகவே கிடைக்கலாம். அல்லது ஒன்றை நோக்கி உன் ஆராய்ச்சியைத் தொடங்கலாம். உதாரணம், ஆறுகோண வடிவத்தில் தேனீக்கள் உண்டாக்கும் தேனடை. அது திறன் நிறைவு கொண்டது. அது எப்படி என்று நீ ஆராய்ச்சி செய்து கணிதமூலம் நிரூபிக்கலாம்.'

'சரி, செய்கிறேன். இதைக் கேளுங்கள். நான் இரவு முழுக்க யோசித்து முடித்த ஒன்றை இன்று எப்படியும் உங்களிடம் சொல்ல வேண்டும் என்று வந்திருக்கிறேன். உங்களுக்குத் தெரியும் பைதகரஸ் தேற்றத்தை மூன்றுவிதமாக நிரூபிக்கலாம். நான் நாலாவது நிரூபணத்தைக் கண்டுபிடித்தேன். அந்த நிரூபணத்தின் கடைசி வரியை எழுதியபோது இரவு மூன்று மணி. உங்களை நினைத்துக் கொண்டேன். எப்பொழுது விடியும் என்று காத்திருந்தேன்.'

'ஆனால் காலையில் எனக்குப் பெரிய ஏமாற்றம் காத்திருந்தது. இந்தத் தேற்றத்தை ஏற்கனவே ஒருவர் கண்டுபிடித்துவிட்டார் என்று கூகிள் சொன்னது. அழுதுகொண்டே இருந்தேன். அப்பா என்னைத் திட்டி இங்கே அனுப்பியிருக்கிறார்.' 'இதற்கெல்லாம் யாராவது அழுவார்களா? கணிதமேதை எஸ். ராமானுஜன் கண்டுபிடித்த அனேக கணித தேற்றங்கள் ஏற்கனவே கண்டுபிடிக்கப்பட்டவைதான். அவர் அழுது பின்வாங்கினாரா?'

'நாலாவது தேற்றத்தைக் கண்டுபிடித்தது யார் என்று நீங்கள் கேட்கவில்லையே. சொன்னால் நம்பமாட்டீர்கள்.'

'அப்படியா? அதுயார்?'

'ஜேம்ஸ் கார்ஃபீல்டு. அமெரிக்காவின் 20வது ஜனாதிபதி. லத்தீனும் கிரேக்கமும் படித்தவர். கணிதப் பின்புலம் அவருக்குக் கிடையாது. அவர் போய் இந்தத் தேற்றத்தைக் கண்டுபிடித்திருக்கிறார்.'

‘அது சரி. நீ பெருமைப்பட அல்லவா வேண்டும். ஒரு ஜனாதிபதி கண்டுபிடித்ததை நீ 13 வயதிலேயே அடைந்துவிட்டாய். நீ சரியான பாதையைத் தேர்ந்தெடுத்திருக்கிறாய் என்றுதானே அர்த்தம்.’

‘அதிர்ஷ்டமாகவும் இருக்கலாம்தானே?’

‘அதுவும் ஒருவித திறமைதான்.’

‘ஆனால் எனக்கு ஏமாற்றம் ஏற்படுவதைத் தாங்க முடியவில்லை.’

‘உனக்கு என்ன வேண்டும்? கணிதத்தில் பரிசு வேண்டுமா உன் அப்பா சொல்வதுபோல. அல்லது புகழ் வேண்டுமா?’

‘பரிசு வேண்டாம். புகழும் வேண்டாம். ஒரு புது தேற்றம் கண்டுபிடிப்பதில் உள்ள மகிழ்ச்சி இருக்கிறதே. அதுதான் முக்கியம்.’

‘நீ ஓர் அபூர்வமான பெண். கணிதச் சிந்தனை உனக்கு இயல் பாகவே உள்ளது. உயிருக்குப் பயந்து மரத்தின் மேல் ஒளிந்திருந்த ஒரு சிறுமிக்கு அந்த நேரத்தில் சிக்கலான கணிதங்களுக்கு விடைகள் தோன்றியிருக்குமா? பலனை எதிர்பாராமல் கணிதத்துக்குள் நீ மூழ்கவேண்டும். உனக்கு அமெரிக்க கணித நிபுணர் George Dentzig இன் கதை தெரியுமா?’

‘இல்லை.’

‘இவர் பல்கலைக்கழக மாணவனாக இருந்தபோது ஒருநாள் மிகவும் தாமதமாக வகுப்புக்கு வந்தார். அங்கே வகுப்பு முடிந்து எல்லோரும் போய்விட்டார்கள். ஆனால் கரும்பலகையில் இரண்டு கணிதப் புதிர்கள் எழுதியிருந்தன. இவர் அவற்றைத் தன் கொப்பியில் எழுதிக்கொண்டு தன் விடுதிக்குத் திரும்பினார். நாலு நாட்கள் அந்தப் புதிருடன் இரவும் பகலும் கழித்தார். அப்படிக் கடினமான ஒரு கணிதத்தை அவர் முன்னர் கண்டதில்லை. ஆனால் ஒருவாறு புதிரை அவிழ்த்துவிட்டார். ஐந்தாவது நாள் பேராசிரியரைக் கண்டு மன்னிக்க வேண்டும். கொஞ்சம் தாமதமாகிவிட்டது என்று விடையைக் காண்பித்தார். பேராசிரியர் மயங்கி விழத் தயாரானார். அந்தக் கணிதங்கள் வீட்டுப் பாடம் அல்ல. உலகத்திலே யாரும் தீர்க்க முடியாத கணிதப் புதிர்கள். இந்த மாணவன் வீட்டுப் பாடம் என நினைத்து அவற்றுக்கு விடை எழுதிவிட்டான். மேலும் படிப்பைத் தொடரும் அவசியமின்றி அவனுக்கு உடனேயே பி.எச்டி பட்டம் கிடைத்தது. இதை ஏன் சொல்கிறேன் தெரியுமா?’

‘தெரியாது?’

‘கணிதத்தைக் கணிதத்துக்காகக் காதலி. உனக்கு நல்ல எதிர்காலம் இருக்கிறது. இதை எழுதி உன் டைரியில் வைத்துக்கொள்.’ சரி என்று சொல்லிவிட்டுப் போனாள்.

இரண்டு நாள் சென்றது. காலை தொடங்க முன்னரே வேகமாக வந்து தொப்பென்று என் முன் அமர்ந்தாள். முகம் கொந்தளித்தபடி இருந்தது. நான் பேசாமல் இருந்தேன். 'நான் மூக்கில் வளையம் மாட்டப் போறேன்.' 'நல்லது.' 'தோள் மூட்டில் பச்சை குத்தப் போறேன்.' 'அதுவும் நல்லது, தோள் மூட்டு வெறுமையாகத்தான் இருக்கிறது.' 'நைரோபியில் விசா படமெடுப்பதற்காகத் திருடிய ஸ்டைலான ஆடை போல அணியவேண்டும்.' 'அதற்கென்ன, கனடாவில் இல்லாததா? வாங்கலாம்.' 'ஒரு மீன் இருக்கிறதாம். ஆற்றிலே பிறக்கும் பின்னர் நீந்திப் போய் கடலிலே வாழும். இறுதியில் ஆற்றுக்குத் திரும்பி அது பிறந்த இடத்திலே சாகும். எனக்கு சோமாலியா போய் அங்கே சாகவேண்டும்.' 'உடனே செய்ய வேண்டியது தான். மரத்திலே தனிமையில் நாட்களைக் கழிக்கலாம். புது தேற்றங்கள் கண்டுபிடிக்கலாம்.' 'அப்பா என் அமைதியைக் குலைக்கிறார். கணிதப் போட்டியைத் தினம் நினைவுபடுத்துகிறார். கணிதத்தை நினைத்தாலே வெறுப்பு வெறுப்பாக வருகிறது.' 'சரி, இந்த ரொட்டியைச் சாப்பிடு.' அவள் கண்களில் கண்ணீர் கொட்ட ஆரம்பித்தது.

'எத்தனை பாடுபட்டு கனடா விசா கிடைத்தது. நீ மகிழ்ச்சியாக இல்லையா?'

'ஒரு சம்பவம் நடந்தது. அதை நைரோபி பேப்பர்கள் எழுதின. அந்தச் சம்பவத்தைக் காட்டி அப்பா விசா பெற்றுவிட்டார். எனக்கு அது அளவில்லா வெறுப்பைத் தருகிறது.'

'வெறுப்பு உன் சிந்திக்கும் திறமையை எரித்துவிடும். நைரோபி ஆசிரியர் எங்கே படிப்பை விட்டாரோ அங்கேயிருந்து ஆரம்பி.'

'அது எப்படி? என் ஆசிரியரில்தானே பிரச்சினை.'

'நீ சொல்லவில்லையே..'

'ஓ, அந்தத் துரோகிக்கு நைரோபி சிறையில் ஏழு வருடங்கள் தண்டனை. பத்திரிகைகள் எல்லாம் அவரைப் பற்றி எழுதினவே.'

'ஏன்? என்ன செய்தார்?'

'றேப் பண்ணினார்.'

'யாரை?'

'என்னைத்தான்.'

✻

புகழ வேண்டாம்

யாழ்ப்பாண ஆதிகுடிகளைப் பயமுறுத்திய விசயம் யாராவது அவர்களைப் புகழ்வதுதான். கொள்ளிக்கண் பட்டுவிட்டது என்று அஞ்சுவார்கள். உடனேயே நாவூறு கழிப்பதற்கான காரியங்களில் இறங்க வேண்டியது அவசியமாகிவிடும்.

மாவிலை, உப்பு, காய்ந்த சிவப்பு மிளகாய் ஆகிய பொருட்களைக் கையில் பொத்தி, புகழப்பட்ட ஆளை முன்னே நிறுத்தி, அவர் தலையைக் கையினால் மூன்று தடவை சுற்றுவார்கள். உப்பினால் அவர் உடலைத் தடவிவிட்டு அவரைக் கையிலே துப்பச் சொல்ல வேண்டும். பின்னர் கையைப் பொத்திப் பிடித்தவாறு வீட்டைச் சுற்றிவருவது முக்கியம். இறுதியாக முச்சந்தியில் சென்று கழிப்பு பொருட்களை வீதியில் போட்டு மூன்று பனை ஓலைகளைப் பரப்பி எரித்தால்தான் புகழப்பட்டவருக்கும் நேர இருக்கும் கொடும் ஆபத்தி லிருந்து அவர் தப்பமுடியும்.

கரிநாக்கு, கண்ணூறு என்பதில் யாழ்ப்பாணத்து குடிமக்கள் பெரிதும் நம்பிக்கை வைத்திருந்தார்கள். ஒருவர் நல்ல பசுமாடு ஒன்றை வளர்த்தார். அது அவருக்கு எதிர்பாராத விதமாக நிறையவே பால்கொடுத்தது. அவர் தேவையை மீறி அதிகமான பால் மிஞ்சிய தால் அதை வீதியிலே ஊற்றினார். மீதியை அவர் உறவுக்காரர் களிடம் பகிர முடியாது; வேறு ஆட்களுக்கு விற்கவும் கூடாது. பசுவைப் பற்றிய மகிமை ஊரிலே பரவி கண்ணூறுபட்டு பசு இறந்துபோய்விடும் என்பதுதான் பயம்.

இன்னொரு ஆச்சரியமான பழக்கமும் யாழ்ப்பாணத்து ஆதி குடிகளிடம் இருந்தது. அவர்கள் வெள்ளைக்கார அதிகாரிகளுக்குக் கடிதம் எழுதும்போது இப்படித்தான் தொடங்குவார்கள். 'மகா கனம் தங்கிய ஐயா அவர்களுக்கு, குனிந்த வணக்கத்துடனும், அதிக அச்சத்துடனும் எழுதுவது' என்று இருக்கும். அவர்கள் ஏன் 'அதிக அச்சத்துடனும்' என எழுதுகிறார்கள் என்பது வெள்ளைக்கார அதிகாரிகளுக்குப் புரிவதே இல்லை.

இப்படி எல்லாம் சாமுவேல் கிறீன் என்பவர் எழுதி வைத்திருக் கிறார். இவர்தான் இலங்கையின் முதல் ஆஸ்பத்திரியை மானிப்பாய்

கிராமத்தில் உருவாக்கினார். 25 வயதில் மானிப்பாய்க்கு வந்து அங்கே 26 வருடங்கள் மருத்துவராகச் சேவையாற்றினார். அமெரிக்கா வில் இருந்து புறப்படும்போதே மூன்று மாதம் தமிழ் கற்றுவிட்டுத்தான் கப்பல் ஏறினார். மாணவர்களுக்குத் தமிழில் மருத்துவம் கற்பித்தார். அன்றைய வெள்ளைக்கார அரசு ஆங்கிலத்தில் படிப்பிக்கும்படி வற்புறுத்தியபோதும் தானே தமிழ் படித்து தமிழில் சொல்லிக் கொடுத்தார். ஆங்கில மருத்துவ வார்த்தைகளுக்குப் புதிய தமிழ் வார்த்தைகளை உருவாக்கினார்; surgery என்பதற்கு ரணவைத்தியம் என்று பெயர் வைத்தது அவர்தான். 60 புது மருத்துவர்களை உருவாக்கியதுடன், 4000 பக்கங்களுக்குத் தமிழ் மருத்துவ நூல்களையும் எழுதினார். இவரிடம் படிக்க வந்த சிங்களவர்கள் முதலில் தமிழ் படித்துவிட்டு மருத்துவம் கற்றார்கள்.

நியூயோர்க்கில் மருத்துவம் படித்துவிட்டு மதபோதகராகவும், மருத்துவராகவும் சேவை செய்வதற்கு 20 ஏப்ரல் 1847 அன்று கப்பலில் பொஸ்டன் துறைமுகத்திலிருந்து புறப்பட்டு மதராசுக்கு வந்து சேர்ந்தார். அங்கே ஆட்கள் கோவணத்துடன் திரிவதைக்கண்டு ஆச்சரியப்பட்டார். முதல் வேலையாக ஒரு குதிரை வாங்கி அதில் ஏறி 205 மைல் பயணம் செய்து பாக்கு நீரிணையை அடைந்து, கப்பல் ஏறி பருத்தித்துறையில் போய் இறங்கினார். தன்னுடைய 25வது பிறந்தநாள் அன்று 10 ஒக்டோபர் 1847 தன் மருத்துவத் தொழிலை மானிப்பாயில் ஆரம்பித்தார். தொடர்ந்து 26 வருடங்கள் அங்கே பணியாற்றினார்.

இவர் எழுதிய கடிதங்கள் மூலமும், இவரைப் பற்றி மற்றவர்கள் எழுதிவைத்த குறிப்புகளிலும் இருந்து அன்றைய யாழ்ப்பாணம் பற்றியும், மக்கள் பற்றியும் நிறைய சுவாரஸ்யமான விசயங்கள் எமக்கு கிடைத்திருக்கின்றன. இவர் மருத்துவத் தொழில் ஆரம்பித்த போது ஒருவருமே இவரைத் தேடி வைத்தியத்துக்கு வரவில்லை. ஒருமுறை முத்துத்தம்பி புலவர் இவரை நாடினார். தமிழ் வைத்தியர்கள் அவரைக் கைவிட்டதால் வேறு வழியின்றி கிறீனைத் தேடி வந்தார். கிறீன் அவருடைய வயிற்றில் ஒரு கட்டி இருப்பதைக் கண்டுபிடித்து அறுவைச் சிகிச்சை செய்து கட்டியை அகற்றிக் குணமாக்கிவிட்டார். யாழ்ப்பாணத்தில் நடந்த முதல் அறுவைச் சிகிச்சை அதுவே. அதன் பின்னர் ஆட்கள் மெல்ல மெல்ல அவரிடம் வைத்தியத்துக்கு வரத்தொடங்கினார்கள்.

வீதியிலே ஒரு மனிதன் நிலத்திலே உருண்டுகொண்டு போகி றான். அவன் கையிலே ஒரு செம்பு இருக்கிறது. முன்னுக்கும் பின்னுக்கும் ஆட்கள் நின்று பாடுகிறார்கள். கோயில் வந்ததும் கோயிலைச் சுற்றி ஒரு வட்டம் போட்டுவிட்டு அவன் எழுந்து நிற்கிறான். ஒரு நேர்த்திக்கடன் என்று சொன்னார்கள். அவனுடைய

தீராத வியாதி தீர்ந்துவிட்டது. விசாரித்துப் பார்த்ததில் அந்த வியாதியைக் குணப்படுத்தியது கிறீன்தான். ஒன்று மட்டும் அவருக்குப் புரியவில்லை. அவனுடைய நோய் கொடுத்த வலி தீவிரமானதுதான். ஆனால் அதன் தீர்வுக்கு அவன் நேர்த்திக்கடனாக தன்மேல் விதித்துக்கொண்ட வலி இரண்டு மடங்கு அதிகமானது. இது எப்படி என்று அவருக்குப் புரியவே இல்லை.

ஒருமுறை இவர் மிகப் பிரபலமான நாட்டு வைத்தியர் ஒருவரைச் சந்திக்கிறார். அவர் 42 வருடமாகத் தொழில் செய்கிறார். மனித உடலின் உள்ளூறுப்பு ஒன்றைக்கூட அவர் பார்த்ததில்லை. இரத்தத்தில் இரண்டுவகை சிவப்பு, கறுப்பு என்று இருப்பது கூட அவருக்குத் தெரியாது. நாடி பிடித்து என்ன செய்கிறார் என்ற கேள்விக்கு 'காற்று ஓட்டம்' பார்ப்பதாகச் சொன்னார். பிராண வாயு நிறைந்த ரத்தம் நுரையீரலில் இருந்து இருதயத்துக்கு போவதும், பிராணவாயு குறைந்த ரத்தம் மறுபடியும் இருதயத்திலிருந்து நுரையீரலுக்கு வருவதும் அவருக்குத் தெரியாது. வைத்தியர் அப்படியே ஆச்சரியப் பட்டார்.

ஒருமுறை கிராமத்தை வாந்திபேதி கடுமையாகத் தாக்கத் தொடங்கியது. மக்கள் பலர் மடிந்தார்கள். ஒரு வெள்ளைக்கார மருத்துவர் நோய்தாக்கி இறந்துபோனார். அடுத்து கிறீனுக்கும் தொற்றியது. இரவு பகலாக மற்ற மருத்துவர்கள் அவரைக் கண் காணித்ததில் சாவின் விளிம்புக்குச் சென்று கிறீன் திரும்பினார்.

கிராமத்து மக்கள் எல்லோருக்கும் சொறி சிரங்கு இருந்தது. ஒருவருமே சட்டை செய்வதில்லை. குழந்தைகள் ஊதிப்போன வயிறு முன்னே தொங்கக் காட்சியளிப்பர். வாந்தி பேதி, பெரியம்மை எப்ப தாக்கும் எனச் சொல்ல முடியாது. ஒவ்வொரு வீட்டு வாசலிலும் மரணம் காத்திருந்தது.

வாந்தி பேதியிலிருந்து தப்பி வந்த பின்னர் கிறீன் ஒரு புது மனிதர். கிராம மக்கள் 'குனிந்த வணக்கத்துடனும் அதிக அச்சத்துடனும்' என்று கடிதம் எழுதுவதன் காரணம் அவருக்கு அப்போது புரிந்திருக்கும்.

✸

எதிர்பாராததை செய்

பல வருடங்களுக்கு முன்னர் நான் ஃபிராங்க் மக்கோர்ட் (Frank McCourt) என்ற அமெரிக்க எழுத்தாளரைச் சந்தித்தேன். இவர் புலிட்சர் பரிசு பெற்ற பிரபலமான படைப்பாளி. இவருடைய எழுத்து யாரையும் மயக்கிவிடும். 'என்ன காரணம்?' என்று அவரிடமே கேட்டேன். 'வாசகர் எதிர்பாராததை செய்வது' என்றார்.

19 வயது இளைஞனாக அவர் அயர்லாந்திலிருந்து அமெரிக்கா வுக்குப் பெரும் கனவுகளோடு புலம்பெயர்ந்தார். அவரே இப்படிச் சொல்கிறார். 'என் ட்ரங்குப் பெட்டியில் ஒன்றும் இல்லை. உடம்பில் ஒன்றும் இல்லை. மூளையிலும் ஒன்றும் இல்லை. அப்படி இங்கே வந்து இறங்கினேன்.' உண்மையில் அவருடைய பயணப் பெட்டியில் அயர்லாந்தில் அவர் தந்திச் சேவகனாக உழைத்து சம்பாதித்த பணத்தில் பாதியைக் கொடுத்து வாங்கிய பழைய சேக்ஸ்பியர் நூல் ஒன்று இருந்தது.

அமெரிக்காவில் கூலி வேலைசெய்து ஃபிராங்க் படிக்கிறார். எப்படியும் படித்து முன்னுக்கு வரவேண்டும் என்பதுதான் லட்சியம். பல சிரமங்களுக்கு மத்தியில் நியூயோர்க் பல்கலைக்கழகத்தில் படிக்க இடம் கிடைக்கிறது. ஒருநாள் விரிவுரையாளர் வகுப்பிலே மாணவர் களை ஒரு கட்டுரை எழுதும்படி பணித்தார். வீட்டிலே உள்ள என்ன ஒரு பொருள் பற்றியும் மாணவர்கள் எழுதலாம், ஆனால் சுவாரஸ்யமாக இருக்கவேண்டும். மற்ற மாணவர்கள் டிவி, பேஸ் போல் மட்டை, கையுறை, கார் என்ற தலைப்புகளில் எழுதினார்கள். இவரால் சிந்திக்க முடிந்தது ஒரேயொரு பொருளைப் பற்றித்தான். இதுதான் அவர் எழுதிய கட்டுரை.

கட்டில்

நான் சிறுவனாய் இருந்தபோது என்னுடைய அம்மாவும், நானும், மூன்று தம்பிகளும் படுத்து உறங்குவதற்கு வீட்டில் கட்டில் இல்லை. அம்மா ஒரு கட்டில் வேண்டும் என்று தொண்டு நிறுவனம் ஒன்றுக்கு விண்ணப்பித்தார். அவர்கள் பழைய கட்டில் ஒன்றைத் தருவதாகச் சொன்னார்கள். என் அம்மா 'புதுக் கட்டில் கிடை

யாதா?' என்றார். அவர்கள் இல்லை என்றார்கள். ஏதாவது வியாதி தொற்றிவிடும் என்று அம்மா பயந்தார். முக்கியமாக யாராவது கட்டிலில் இறந்திருந்தால் என்ன செய்வது? விடாப்பிடியாக தொண்டு நிறுவனரிடம் 'இந்தக் கட்டிலில் ஒருவரும் இறக்கவில்லை என்று உறுதி கூறமுடியுமா?' என்று கேட்டார். அவருக்குக் கோபம் வந்துவிட்டது. 'உங்களுக்கு வேண்டாமென்றால் தள்ளி நிற்கவும். நான் மற்றவர்களைக் கவனிக்க வேண்டும்.'

அம்மா சரி சரி என்று சொல்லிவிட்டு வீட்டுக்குப் போய் அவசர அவசரமாகக் கடைசித் தம்பியின் தள்ளுவண்டியைத் தள்ளிக் கொண்டு வந்தார். கட்டிலுடன் எங்களுக்குத் தந்த மெத்தையில் பல இடங்களில் குதிரை மயிர் வெளியே நீட்டிக்கொண்டு நின்றது. கட்டிலும் மூன்று பாகங்களாகப் பிரிந்து கிடந்தது. தள்ளுவண்டியிலே கட்டில் துண்டுகளை ஏற்றி வீதி வழியாகத் தள்ளிக்கொண்டு வருவதற்கு அம்மாவுக்கு வெட்கம். இரவிலே வரமுடியுமா என்று கேட்டார். நிறுவனக்காரர் மறுத்துவிட்டார்.

மூன்று தடவை மேலும் கீழுமாக அலைந்தோம். உடைந்த தள்ளுவண்டி வீதிகளில் கோணல் மாணலாகப் போய் சிரமம் கொடுத்தது. அதை இன்னும் மோசமாக்கியது மெத்தைக்குக் கீழே இருந்து வந்த தம்பியின் அழுகை. வீடு வந்ததும் மெத்தையை மேலே இழுத்துப்போக அப்பா உதவினார். ஆனால் அவர் இரண்டு மைல் தூரத்தில் இருந்த தொண்டு நிறுவனத்துக்கு வர மறுத்துவிட்டார். அவர் வடக்கு அயர்லாந்துக்காரர். அவருக்குக் கூச்சமாக இருந்திருக்கும். அவருடைய ஊரில் கட்டில் கொண்டுவருவதற்கு வேறு வழிவகைகள் இருந்திருக்கலாம்.

இதுதான் கட்டுரை. ஃபிராங்குடைய வாழ்க்கையை மாற்றிப் போட்ட கட்டுரை. விரிவுரையாளர் கட்டுரையை வகுப்பிலே வாசித்துக் காட்டி அதைப் பற்றி சிலாகித்துப் பேசினார். ஃபிராங்குக்குத் தன் தரித்திரத்தைப் பகிரங்கப்படுத்தியதில் வெட்கம் இருந்தாலும் பெருமை பிடிபடவில்லை. முதன் முதலாக அவருக்குள் ஒரு நம்பிக்கையை அந்தக் கட்டுரை கொடுத்தது.

பட்டப்படிப்பை முடித்துவிட்டு வேலை தேடி அலைந்தார். ஒரு பள்ளிக்கூடத்தில் ஆசிரியப் பணியை ஒப்புக்கொண்டார். அது மிக மோசமான பள்ளிக்கூடம். அங்கே படிப்பித்த ஆசிரியர்கள் சொல்லாமல் கொள்ளாமல் பாதியிலேயே ஓடிவிடுவதுண்டு. இவர் துணிந்து வேலையை ஒப்புக்கொண்டார். முதல் பள்ளிக்கூடம். முதல் வகுப்பு. எச்சரிக்கையுடன் வகுப்பினுள் நுழைந்தார்.

அ.முத்துலிங்கம் ◆ 83

அவர் கண்ட காட்சிக்கு அவர் தயாராக இல்லை. கொண்டாட்டம்போல ஒரே சத்தம். மாணவர்கள் கதிரைகளிலும் மேசைகளிலும் ஏறி நின்றார்கள். பொருள்கள் காற்றில் பறந்தன. புத்தகங்கள், தண்ணீர்க் குடுவைகள், கடுதாசி விமானங்கள். இவர் மேசையில் ஒரு சாண்ட்விச் வந்து விழுந்தது. இவர் கதிரையில் ஆற அமர உட்கார்ந்து சாண்ட்விச்சைப் பிரித்து உண்ண ஆரம்பித்தார். ஒரு நிமிடம் கழிந்தது. மாணவர்கள் அமைதியானார்கள். அவர்களுடைய வாய் திறந்து கிடந்தது.

அவர் என்னிடம் சொன்னார் 'எதிர்பாராததை செய்வது சிறந்த சிறுகதைக்கு முக்கியம். வாழ்க்கைக்கும் அதுவே.'

✹

எண்ணிய முடிதல் வேண்டும்

பௌலோ கோயெல்யோ என்று ஒரு பிரேசில் நாட்டு எழுத்தாளர் இருக்கிறார். அவருடைய 41வது வயதில் அவர் போர்த்துக்கீசிய மொழியில் ஒரு நாவல் எழுதினார். அதன் பெயர் அல்கெமிஸ்ட். அந்த நூலைப் பதிப்பித்து வெளியிட்டபோது அது விற்கவே இல்லை. ஒரேயொரு புத்தகம் விற்றது. ஆறுமாதம் கழித்து இன்னொரு புத்தகம் விலைபோனது. பார்த்தால் இரண்டையும் வாங்கியது ஒருவர்தான். புத்தகத்தைப் பதிப்பித்தவர் கைகழுவிவிட்டார்.

ஆசிரியர் இன்னொரு பதிப்பகத்தில் போய் மன்றாடி தன்னுடைய புத்தகத்தை மறுபடியும் வெளியிட்டார். இம்முறை புத்தகம் கொஞ்சம் விற்றது. ஓர் அமெரிக்கர் இந்தப் புத்தகத்தை ஒரு கிராமத்துப் புத்தகக்கடையில் பார்த்து என்ன தோன்றியதோ வாங்கிப் படித்துப் பார்த்தார். பிடித்துவிட்டது. ஆசிரியரிடம் அனுமதிபெற்று அதை ஆங்கிலத்தில் மொழிபெயர்த்து அமெரிக்காவில் வெளியிட்டார். ஒருநாள் ஜனாதிபதி கிளிண்டன் வெள்ளை மாளிகையிலிருந்து வெளியே வந்தபோது ஒரு பத்திரிகைக்காரர் அவரைப் படம்பிடித்து பத்திரிகையில் வெளியிட்டார். அந்தப் படத்தில் கிளிண்டனின் கையில் பௌலோ கோயெல்யோவின் புத்தகம் இருந்தது. அவ்வளவுதான். புத்தகத்தின் விற்பனை எக்கச்சக்கமாக உயர்ந்தது. நியூயோர்க் டைம்ஸ் பத்திரிகை அந்தப் புத்தகத்தை அதிகம் விற்பனையாகும் புத்தகங்களின் பட்டியலில் சேர்த்தது. ஆச்சரியப்படும்படி தொடர்ந்து 300 வாரங்கள் புத்தகம் அந்தப் பட்டியலில் இருந்தது. 80 உலகமொழிகளில் மொழிபெயர்க்கப்பட்டது. 20ஆம் நூற்றாண்டில் வெளியான சிறந்த பத்துப் புத்தகங்களில் இதுவும் ஒன்று எனப் பிரகடனப்படுத்தப்பட்டது.

ஓர் அமெரிக்கரின் கண்ணில் அந்தப் புத்தகம் எதேச்சையாகப் பட்டது. அதுதான் அதிர்ஷ்டம், தானாகத் தேடி வந்த அதிர்ஷ்டம்.

துருக்கி மொழியின் வயது 90. அதற்குமுன் இருந்தது வேறு கலப்பு மொழி. அதைச் சுத்திகரித்து உண்டாக்கியதுதான் புதிய மொழி. இந்த மொழியில் ஓர்ஹான் பாமுக் நாவல் எழுதினார்.

அந்த நாவலுக்கு எப்படியும் நோபல் பரிசு பெற்றுவிட வேண்டும் என்ற நோக்கத்தோடு அதை ஆங்கிலத்தில் மொழிபெயர்ப்பதற்கு ஒருகுழு உண்டாக்கினார்கள். புத்தகத்தின் ஓர் அதிகாரத்தைப் பலர் மொழிபெயர்த்தார்கள். மிகச்சிறப்பாகச் செய்தவரை நூலை மொழி பெயர்ப்பதற்கு தெரிவு செய்தார்கள். My Name is Red என்ற பெயரில் எர்டாக் கோக்நர் என்ற பேராசிரியரால் நூல் மொழி பெயர்க்கப்பட்டு நோபல்பரிசு தேர்வுக் குழுவுக்கு அனுப்பப்பட்டது. எதிர்பார்த்த படியே 2006ஆம் ஆண்டு இலக்கியத்துக்கான நோபல் பரிசு ஓர்ஹான் பாமுக்குக்குக் கிடைத்தது. இந்த நூலைப் பற்றிப் பேசும்போது மொழிபெயர்ப்பாளரை அவர் பாராட்ட மறக்கவில்லை. எர்டாக் கோக்நரின் பல்கலைக்கழகத்தில் பேசும் போது துருக்கிய மொழியிலும் பார்க்க ஆங்கிலத்தில் நூல் சிறப்பாக வந்திருப்பதாக அவரே பாராட்டினார்.

இது அதிர்ஷ்டத்தைத் தேடிப்போன கதை.

முதலாவதில் அதிர்ஷ்டம் தேடி வந்தது. இரண்டாவதில் அதிர்ஷ்டத்தைத் தேடிப் போக வேண்டியிருந்தது.

சமீபத்தில் ஒரு புத்தகம் பற்றிய செய்தி கிடைத்து, நான் அவசரமாக அந்த நூலை வாங்கிப் படித்தேன். அதன் பெயர் No Presents Please. கன்னடத்தில் இருந்து ஆங்கிலத்துக்கு மொழிபெயர்க்கப் பட்ட 16 சிறுகதைகள் கொண்ட தொகுப்பு. இந்த நூலுக்கு அமெரிக்காவில் மொழிபெயர்ப்புக்காகப் பரிசு வழங்கப்பட்டிருக்கிறது. மொழிபெயர்ப்பாளருக்கு $2500 பரிசு கொடுத்தார்கள். புத்தகத்தை எழுதிய ஆசிரியர் ஜெயந் கைகினிக்கு ஒன்றும் கிடையாது. காரணம் மொழிபெயர்ப்பாளர்களை ஊக்குவிக்க வேண்டும் என்பதற்காகத்தான் அந்தப் பரிசு வழங்கப்பட்டிருக்கிறது. 16 சிறுகதைகளையும் நான் படித்துப் பார்த்தேன். நாலு சிறுகதைகள் சிறப்பாக இருந்தன. மீதி மிகவும் சாதாரணமானவை. ஆனால் ஆங்கில மொழிபெயர்ப்பு கலாபூர்வமாக, இலக்கியத்தன்மையுடன் அமைந்திருந்தது. தமிழிலே பல சிறுகதைகள் உச்சமாக இருந்தாலும் அவற்றின் ஆங்கில மொழி பெயர்ப்புகள் வேண்டிய உயரத்தை அடைவதில்லை.

தமிழ் ஆதியானது, செம்மொழி. தன்னேரில்லாத பழைய இலக்கியங்களையும் நவீன இலக்கியங்களையும் தன்னகத்தே கொண்டது. நவீன இலக்கியங்களை மொழிபெயர்த்தவர்கள் சரியான இலக்கிய மொழியில் அவற்றை மொழிபெயர்க்கவில்லை. சரியான தரத்தில் எமது இலக்கியங்கள் மொழிபெயர்க்கப்பட்டால் அவைக்கும் உலக அங்கீகாரம் கிடைக்கும். இதுவரை உலகத்தரமான இலக்கிய

விருது ஒன்றும் தமிழுக்குக் கிடைக்கவில்லை. தகுதி இருந்தும் நல்ல மொழிபெயர்ப்பு இல்லாததால் உலக அங்கீகாரம் தள்ளிப் போய்க் கொண்டே இருக்கிறது.

அதிர்ஷ்டம் தானாக வரும். அல்லது அதிர்ஷ்டத்தைத் தேடிப் போகவேண்டும். இத்தனை வருடங்களாக அதிர்ஷ்டம் தானாகத் தேடிவரவில்லை. ஆகவே நாங்கள்தான் தேடிப் போகவேண்டும்.

அமெரிக்காவில் ஓர் அறக்கட்டளை உருவாக்கப்பட்டிருக்கிறது. இதன் முதன்மையான பணி தரமான நவீன தமிழ் இலக்கியங்களை மொழிபெயர்த்து உலக அரங்கில் வெளியிடுவது. நோபல் மற்றும் சர்வதேச விருதுகளுக்கு அவற்றைச் சமர்ப்பிப்பது. மற்ற மொழிகளில் இந்த வேலை நடந்து கொண்டிருக்கிறது. நாமும் இதில் இறங்க வேண்டிய காலம் வந்துவிட்டது. இந்த அறக்கட்டளை வெற்றியடைய எங்கள் வாழ்த்துகள்.

2005இல் இருந்து புனைவு இலக்கியத்துக்கு புக்கர் சர்வதேச விருது வழங்கப்படுகிறது. இஸ்மெயில் காதர் என்பவர் அல்பேனிய நாட்டைச் சேர்ந்தவர். உலகத்திலே அல்பேனிய மொழி பேசுபவர்கள் 75 லட்சம்தான், ஒரு கோடிகூட இல்லை. இவர் ஒரு நாவல் அல்பேனிய மொழியில் எழுதினார். அதை ஆங்கிலத்தில் மொழி பெயர்க்க ஆள் கிடைக்கவில்லை. ஆகவே அதை பிரெஞ்சு மொழி யிலே மொழிபெயர்த்து பின்னர் ஆங்கிலத்தில் மொழிபெயர்த்து புக்கர் சர்வதேச விருதுக்கு அனுப்பினார்கள். பரிசு கிடைத்தது. 50,000 பிரிட்டிஷ் பவுண்டுகள். நோபல் பரிசுக்கு அடுத்தபடியாகக் கருதப்படும் உலக விருது இது. இதுவரை ஒரு தமிழ் நூலாவது மொழிபெயர்க்கப்பட்டு இதற்கு அனுப்பப்பட்டதாகத் தெரியவில்லை.

தன்னேரில்லாத தமிழ் என்று சொல்வார்கள். எவ்வளவு பழமை யான மொழி. எட்டுக்கோடி மக்கள் பேசும் மொழி. எவ்வளவோ சிறப்பான புனைவுகள் தமிழில் வெளியாகியிருந்தாலும் மொழி பெயர்க்கப்பட்டு அனுப்பினால்தான் உலக அளவில் அவற்றிற்கான மதிப்பு கிடைக்கும். அதன் மகிமையும் பெருமையும் வெளிநாட்டார் வணக்கஞ் செய்யும்போதுதான் கிடைக்கும். தனித்தனியான சின்ன முயற்சிகள் பலனளிக்கவில்லை. நல்ல தரமான இலக்கியம் மொழி பெயர்க்கப்படவில்லை. நல்ல மொழிபெயர்ப்பாளர் இல்லை. நிதி பற்றாக் குறை.

அறக்கட்டளை ஒன்று உருவாக்கப்பட்டிருக்கிறது. இந்த அறக் கட்டளையின் நோக்கம் தரமான தமிழ் புனைவுகளை மொழி

பெயர்த்து உலக மேடையில் உட்காரவைப்பது. உலகப் பார்வை முக்கியம். விருதுகள் இரண்டாம் பட்சம்தான்.

இந்த அறக்கட்டளையை வெற்றிகரமாக நடத்த நிதி தேவை. தமிழ் பற்றாளர்களிடமிருந்தும், புரவலர்களிடமிருந்தும் நன் கொடைகள் வரவேற்கப்படுகின்றன. அமெரிக்காவில் நன்கொடை களுக்கு வரிச்சலுகை உண்டு. திறமான புலமையெனில் வெளி நாட்டோர் அதை வணக்கஞ் செய்தல் வேண்டும் என்றான் பாரதி. அந்தக் கனவை நனவாக்கும் முயற்சிதான் இது. உலகத்தமிழ் மக்கள் மனது வைத்தால் இது நிச்சயம் சாத்தியமாகும்.

எண்ணிய முடிதல் வேண்டும்.

✳

மூன்று அநாதைகள்

ஆப்பிரிக்காவிலுள்ள ஒரு வறிய குக்கிராமம். அங்கே வந்த ஜேர்மன் சுற்றுலாவாசியிடம் கட்டுக்கட்டாக ஜேர்மன் காசு இருந்தது. வயிற்றிலே பசி. சாப்பிடுவதற்கு ஏதாவது கிடைத்தால் உயிரைக் காப்பாற்றலாம். ஜேர்மன் காசைக் கிராமவாசியிடம் கொடுத்தார். அவர் அதைத் தூக்கி சூரியவெளிச்சத்தில் உயர்த்திப் பரிசோதித்து விட்டுத் திருப்பிக் கொடுத்தார். கிராமவாசிக்கு அது வெறும் தாள்தான். ஆனால் அதன் மதிப்பு ஜேர்மனியில் 20 பேர் சாப்பிடலாம். மொழியும் அப்படித்தான். எப்படித்தான் கற்றறிந்த விஞ்ஞானியாக இருந்தாலும் உணவு வேண்டும் என்று சொல்வதற்கு அவர் மொழி பயன்படவில்லை. எழுத்து இல்லாத, உலகத்தில் 2,000 பேர் மட்டுமே பேசும் அந்தக் கிராமத்தாரின் மொழிதான் பயன்படும். ஆகவே அவர்கள் கிராமத்தில் உயர்ந்த மொழி எது? அவர்கள் பேசும் மொழிதான். உலகிலே பசிக்கு மொழி கிடையாது. அந்தப் பசியை எந்த மொழிக்காரரும் ஆற்றலாம்.

பல வருடங்களுக்கு முன்னர் நியூயோர்க் நகரில் நடந்த விழாவில் ஒருவர் இந்தச் சம்பவத்தை விவரித்தார். நாம் அங்கே கூடியிருந்தது முக்கியமாக Jose Andres என்பவரின் உரையைக் கேட்பதற்கு. அதி உன்னதமான சமையல் கலைஞர் அவர். உலகின் எந்தப் பகுதியிலும் பேரிடர் நேரும்போது அங்கே உதவி வழங்க முதல் ஆளாக நிற்பார். உணவு வழங்குவதுதான் அவர் செய்யும் தொண்டு. உணவு பக்கெட்டுகளை ஹெலிகொப்டரில் இருந்து கீழே வீசுவதல்ல. அவர் வேலை உணவைச் சமைத்து வழங்குவது. ஹைட்டியில் புயல் அடித்தபோது அங்கே முதலில் நின்றவர் அவர்தான். அவர் சேவையைப் பாராட்டி வெள்ளைமாளிகை விருது அளித்திருக்கிறது. உலகத்தின் உயர்ந்த 100 சாதனை மனிதர்களில் ஒருவராக இவரை டைம் இதழ் தேர்ந்தெடுத்திருக்கிறது.

அவருடைய பேச்சு இன்னும் மனதில் நிற்கிறது. அவர் மேடையில் ஐந்து நிமிடம் மட்டுமே பேசினார். 'ஒரு மனிதருக்கு ஒரு தட்டு உணவு' என்றார். பசிக்கு மொழி இல்லை. இனம் இல்லை. சாதி இல்லை. நிறம் இல்லை. எங்கே ஒருவருக்குப் பசிக்கிறதோ அதைத் தீர்க்க வேண்டியது மனிதரின் மேலாய கடமை. You give food, you give life. உணவுதான் மனிதனுக்கு உயிர் கொடுப்பது. இவர் World Central Kitchen (உலகச் சமையல்கூடம்) என்ற அமைப்பின் மூலம் ஆதரவற்றவர்களுக்கு உணவு வழங்கி வருகிறார். ஒரு வருடம் முன்பு 24 பிப்ரவரி 2022 அன்று உக்ரைன்மீது ரஸ்யா படை எடுத்தபோது அங்கு முதலில் போனது ஹூஸே அண்டெரஸ் மற்றும் அவரின் உலகச் சமையல்கூடத் தொண்டர்கள்தான். உலகத்தின் பல பாகங்களிலும் இருந்து ஆயிரக்கணக்கானவர்கள் இணைந்து கொண்டார்கள். இவர்களில் ஒருவர் பெயர் டொன் ஸ்டூவர்ட். இருபது வருடங்களுக்கு முன்னர் அமெரிக்காவில் அவரைச் சந்தித்திருக்கிறேன். உலகச் சமையல்கூடம் எப்படி இயங்குகிறது என்பதை அறிய இவரைத் தொடர்புகொள்ள முடிவு செய்தேன்.

ஒரு நடுத்தர அமெரிக்க குடும்பத்தில் பிறந்தவன் டொன். அவனுடைய தாயும் தகப்பனும் கார் விபத்தில் இறந்து போக நான்கு வயதிலேயே டொன் அனாதையானான். அவனுக்கு வேறு சொந்தம் கிடையாததால் ஒரு தம்பதி அவனைத் தத்தெடுத்து வளர்த்தார்கள். இந்தத் தம்பதிகள் தங்கள் வாழ்க்கையைத் தொண்டு செய்வதில் அர்ப்பணித்தவர்கள். டொன்னையும் சிறுவயதில் இருந்தே சேவை செய்யும் ஆர்வம் கொண்டவனாக வளர்த்தார்கள். பெரியவன் ஆனதும் உலகில் எங்கே எப்படியான உற்பாதம் நடந்தாலும் அங்கே போய் தன்னால் முடிந்த உதவிகளைச் செய்வான்.

அண்டெரஸ் நடத்திய சமையல் கூடத்தில் டொன் தொண்டராக அவ்வப்போது வேலை செய்தான். பத்திரிகைகள் எழுதுவது போல உண்மையிலேயே அண்டெரஸ் உலகத்தின் அதிசிறந்த சமையல்காரரா என்று கேட்டேன். டொன் இப்படிப் பதில் சொன்னார். 'எனக்குத் தெரியாது. ஆனால் அவர் என்ன சமைத்தாலும் அது சுவையாக இருக்கும். இதைக் கொண்டுவா, அதைக் கொண்டுவா என்று கேட்கமாட்டார். எது இருக்கோ அதை வைத்து சமைப்பார். ஆனால் உணவின் ருசி அபாரமாக இருக்கும். சில உணவுக்குப் பெயரே கிடையாது. உடனேயே தனக்கு அந்தக் கணம் தோன்றிய ஒரு பெயரைச் சூட்டுவார். சிலர் சொல்கிறார்கள் அவர் தண்ணீரும், நெருப்பும் இல்லாமல் சமைப்பதில் வல்லவர் என்று. அப்படிச் சமையல்காரர்கள் வரலாற்றில் இருந்ததாக நான் படித்ததுண்டு.'

உக்ரெய்ன் போர் தொடங்கியபோது டொன் தான் செய்த வேலையைத் துறந்தார். வளர்ப்பு பெற்றோரிடமும் நண்பர்களிடமும் பணம் திரட்டிக் கொண்டு உக்ரைனுக்குப் பயணம் செய்து உலகச் சமையல் கூடத்தில் சேர்ந்தார். அவர் போனபோது அங்கே ஏற்கனவே ஆயிரக்கணக்கான தொண்டர்கள் வந்து குவிந்து விட்டார்கள்.

'உங்கள் தினசரி வேலை என்ன?' என்று டொன்னிடம் கேட்டேன். 'சமையல் வேலைதான். அதிகாலையில் சமைக்கத் தொடங்கி விடுவோம். பின்னர் சமைத்த உணவை வரிசையாக வழங்குவோம். உடல் உழைப்பு மட்டும்தான் எங்களுடையது. திட்டமிடுவது எல்லாம் எனக்கு மேலே இருப்பவர்கள். சிலசமயம் உணவை வண்டிகளில் ஏற்றிக்கொண்டு இன்னொரு உணவு வழங்கும் இடத்துக்கு போக நேரிடும். அது அபாயமான பணி. போகும் வழியில் என்னவும் நடக்கலாம்.'

'நீங்கள் சமைக்கும் இடத்தில் ஆபத்து இல்லையா?'

'ஆபத்து இல்லாத இடம் என ஒன்றுமே இல்லை. கீழே பெரிய பங்கர்கள் இருக்கும். அபாயச் சங்கு ஊதியதும் அங்கே போய் ஒளிந்துகொள்ள வேண்டும் என்பது கட்டளை. மீண்டும் வந்து வேலையை விட்ட இடத்திலிருந்து தொடங்குவோம்.'

'நீங்கள் காலை நேரம் அகதிகளுக்கு சூப் வழங்கும்போது அவர்கள் வரிசையாக வந்து வாங்கிச் செல்வார்கள் அல்லவா? அதில் ஒரு படம் எனக்கு அனுப்பி வைக்க முடியுமா?' என்றேன். அவரும் அனுப்பி வைத்தார். அதைப் பார்த்த எனக்கு ஆச்சரியமா அல்லது ஏமாற்றமா என்பதை வர்ணிக்க முடியாது. யார் சூப் வழங்குகிறார்கள், அதை யார் பெறுகிறார்கள் என்பது தெரியவே இல்லை.

அகதிகள் என்றால் கிழிந்த ஆடைகளுடன், கலைந்த தலை முடியுடன் கசங்கிய மேல்கோட்டு அணிந்து நிற்பார்கள் என்று நினைத்தேன். அனைவருமே சிறந்த ஆடை அணிந்து நல்ல காலணி களுடன் கௌரவமான தோற்றத்தில் வரிசையில் ஒழுங்காக நின்றார்கள். உணவு வழங்குபவர்களும் நேர்த்தியான ஆடைகளுடன் காணப்பட்டார்கள். எனக்கு ஏமாற்றம்தான். நான் அவருக்கு எழுதி னேன், 'இதில் யார் உணவு கொடுக்கிறார், யார் பெறுகிறார்?' அவர் பதில் அனுப்பினார். இடதுபக்கம் இருப்பவர்கள் கொடுக்கிறார்கள். வலது பக்கம் நிற்பவர்கள் அகதிகள்.

'சிகப்பு சட்டை அணிந்து சிரிக்கும் இளம்பெண்ணின் கணவன் உக்ரெய்ன் ராணுவத்தில் இணைந்து போர் புரிகிறான். இந்தப் பெண்சமையல் கூடத்துக்கு தினம் வந்து உதவுவார். ஒரு குறிப்பிட்ட நேரம் ஒவ்வொரு நாளும் அவரைக் கணவன் டெலிபோனில் அழைத்துப் பேசுவார். அந்தக் கணம் அவள் கணவன் உயிருடன் இருக்கிறான் என்பதில் மகிழ்வாள். அடுத்தகணம் சோகத்தில் ஆழ்ந்துவிடுவாள். ஆனால் நேரம் தப்பி ஏதாவது தொலைபேசி வந்தால் கெட்ட செய்தி என்று பதைத்துவிடுவாள். தினம் தினம்

இந்தப் பெண் செத்துப் பிழைப்பதை நான் பார்த்துக் கொண்டி ருக்கிறேன்.'

'நீங்கள் அங்கே சமையல் செய்த காலத்தில் நடந்த ஏதாவது ஒரு சம்பவத்தை எனக்குக் கூறமுடியுமா?' டொான் அப்பொழுது வேலையில் மும்முரமாக இருந்தார். அடுத்தநாள் அவர் ஓய்வாக இருக்கும் சமயம் அழைப்பதாகச் சொன்னார். ஆனால் அவருடைய அழைப்பு வரவில்லை. அவரை வேறு சமையல்கூடத்துக்கு மாற்றி விட்டார்கள். பின்னர் சிலகாலம் அவரைத் தொடர்புகொள்ளவே முடியவில்லை.

ஒருநாள் மாலை அவரிடம் இருந்து தொலைபேசி வந்தது. நீங்கள் ஒரு சம்பவம் கேட்டீர்களே அது கடந்த வாரம் நடந்தது என்று சொல்லத்தொடங்கினார்.

அவர் வாழ்ந்த அதே ரோட்டில் வசித்த ஒரு மூதாட்டி பற்றிய சம்பவம். அந்த வீட்டில் மூதாட்டியும் அவருடைய 10 வயதுப் பேரனும் மட்டுமே. அவர் துணிச்சலான கிழவி. அபாயச் சங்கு ஊதினால் கீழே போய் பங்கரில் ஒளிந்துகொள்ளமாட்டார், ஆனால் பேரனை மட்டும் விரட்டுவார். சில நாட்களில் அபாயச் சங்கு நாளுக்கு பத்துத் தடவை ஒலிப்பதும் உண்டு. இவர் ஒருபோதும் கீழே போனது கிடையாது.

ஒருநாள் ரஸ்யப்படை ரோட்டிலே அணிவகுத்து போனபோது இவர் நடுரோட்டில் போய் நின்று உக்ரைன் மொழியில் திட்டினார். அவர்கள் எச்சரித்தும் இவர் அசையவில்லை. பீரங்கி வண்டிகளும், ஆயுதம் தாங்கிகளும் படைவீரர்களும் காத்து நிற்க இவர் நடு ரோட்டில் நின்று கத்தினார். பக்கத்து வீட்டுக்காரர்கள் பாய்ந்துபோய் அவரை உள்ளே இழுத்து வந்தார்கள். பலமுறை இப்படி நடந்தது. ஏன் அப்படிச் செய்தார் என்று கேட்டால் அவர் சொல்வார். 'இது என் நாடு. என் ரோட்டிலே நான் நிற்கிறேன். என்னைப் போ என்று உத்தரவிட இவர்கள் யார்?' என்பார். அவரைக் காப்பாற்றிய வர்கள் சொல்வார்கள், 'நீ பெரிய துணிச்சல்காரிதான். உனக்கு உக்ரெய்ன் அரசாங்கம் விருது கொடுக்கப் போகிறது. நீ சுடுபட்டு இறந்தால் உன் பேரனை யார் காப்பாற்றுவார்கள். அதை யோசி.' அவர் அதைக் கேட்டதாகவே காட்டிக்கொள்ளவில்லை.

ஒருநாள் அபாயச் சங்கு ஊதியது. எல்லோரும் பங்கருக்குள் சென்று பதுங்கிக் கொண்டார்கள். மூதாட்டியின் வீட்டின் மேல் குண்டு விழுந்து இவர் இறந்து போனார் ஆனால் பையன் பிழைத்து விட்டான். 'பையனுக்கு என்ன நடந்தது?' என்று கேட்டேன். டொான் பிறகு சொல்கிறேன் என்றார். அதன் பின்னர் பலநாள்

தொடர்பில்லை. நானும் அடிக்கடி அழைத்து தகவல் விட்டபடியே இருந்தேன்.

பல நாட்களாக அவர்கள் ஊர்விட்டு ஊர் மாறிக்கொண்டே இருந்தார்கள். ஒருநாள் டொன்னிடமிருந்து தொலைபேசி வந்தது. அவர் குரலில் உற்சாகம் இல்லை. 'இங்கே இன்றைக்கு இதுதான் பேச்சாக இருக்கிறது. பக்கத்து ஊரில் நடந்தது. ரஸ்யப் படை அந்த ஊருக்குள் புகுந்தது. வழக்கம்போல பீரங்கி வண்டி, ஆயுதம்தாங்கி, யந்திரத் துப்பாக்கி வாகனம் என அணிவகுத்த படை. அந்த வீதியில் ஒரு கிழவர் இருந்தார். பழைய போர்வீரர். தன்னுடைய பழங்காலத்து தானியங்கி துப்பாக்கியை எடுத்துக்கொண்டு நடுரோட்டில் வந்து நின்று சுடத்தொடங்கினார். ஒருவருமே எதிர்பார்க்கவில்லை. அந்த அணியில் எரிபொருள் சுமக்கும் வாகனம் ஒன்றும் இருந்தது. அதுபற்றி எரிய கணிசமான ஆயுதங்களையும், வீரர்களையும் ரஸ்யப் படை இழந்தது. ஆனால் கிழவர் குண்டு பாய்ந்து இறந்துபோனார். இன்று அதுதான் செய்தி. அந்தக் கிழவரை மக்கள் கொண்டாடுகிறார்கள்' என்றார்.

நான் அடுத்த கேள்வி கேட்க முன்னர் அவர் டெலிபோனை வைத்துவிட்டார். பல மாதங்களாக அவரிடமிருந்து ஒரு சத்தமும் இல்லை. 24 பிப்ரவரி 2023 உக்ரெய்ன் போர் தொடங்கி ஒருவருடம் பூர்த்தியான அன்று அவரை அழைத்தேன். அவர் அமெரிக்காவிற்குத் திரும்பிவிட்டார். இன்னும் ஒரு வாரத்தில் தான் மறுபடியும் உக்ரெய்ன் போவதாகச் சொன்னார். வீட்டிலே பெரிய சத்தமும் ஆரவாரமுமாக இருந்தது எனக்குக் கேட்டது. நலம் விசாரித்து விட்டு அந்தப் பத்து வயதுச் சிறுவனுக்கு என்ன நடந்தது என்று கேட்டேன். 'அவன் இங்குதான் என்னோடு இருக்கிறான்' என்றார். 'நீங்கள் தத்து எடுத்து வளர்க்கிறீர்களா?' 'ஆமாம், அவனுடன் இன்னும் இரண்டு சிறுவர்களையும் கொண்டு வந்து சேர்த்து விட்டேன். என் வீட்டில் இப்போது மூன்று உக்ரெய்ன் மொழிபேசும் அனாதைச் சிறுவர்கள்' என்றார். 'மூன்று அனாதைகளா?' இல்லை, என்னுடன் சேர்த்து நாலு' என்றார்.

'நான் அனாதையாக வாழ்க்கையை ஆரம்பித்தேன். என்னைத் தத்தெடுத்த வளர்ப்பு பெற்றோர் எனக்கொரு வாழ்க்கையை அமைத்து தந்தார்கள். அவர்களுக்கு நன்றி சொல்லும் முகமாக இந்தச் சிறுவர் களை நான் வளர்க்கிறேன்' என்றார். 'உக்ரெய்ன் மொழி பேசும் வளர்ப்பு பிள்ளைகள் இப்போது ஆங்கிலம் பேசுகிறார்களா?' என்றேன். 'பசிக்கு ஏது மொழி?' என்றார் அவர்.

'அது எல்லாம் சரிதான். எப்படி அவர்களை அமெரிக்காவுக்கு அழைத்து வந்தீர்கள்?' என்றேன். சில நேரம் மௌனம். 'நீங்கள் இலங்கைக்காரர்தானே?' 'ஆமாம்.' உலகிலே அகதிகளை அதிகமாக

ஏற்றுமதி செய்வது இலங்கை நாடு. உங்களுக்குக் கூடவா தெரியாது?' என்று சொல்லிச் சிரித்தார். நானும் சிரித்தேன்.

நியூயோர்க் நகரில் Jose Andres தன் உரையில் உணவு கொடுப்பது ஒருவருக்கு உயிர் கொடுப்பதற்குச் சமம் என்று சொன்னது ஞாபகத்தில் வந்தது. You give food, you give life. இரண்டாயிரம் வருடங்களுக்கு முன்னர் புறநானூற்றுப் புலவர் ஒருத்தர் 'நீர் இன்றி அமையா யாக்கைக்கு எல்லாம் உண்டி கொடுத்தோர் உயிர்கொடுத்தோரே' என்று பாடியிருப்பதை நினைத்தேன். ஸ்பெயின் தேசத்திலிருந்து அமெரிக்காவுக்குக் குடிபெயர்ந்த இந்த மனிதர், உலகத்தில் எங்கே பேரிடர் நேர்ந்தாலும் அங்கே முதலில் நிற்பவர், அவரும் அதையே தான் சொல்கிறார்.

✹

இல்லை என்பதே பதில்

தொடக்கம்

பெர்சி ஸ்பென்சர் என்பவர் 5ஆம் வகுப்பு மட்டுமே படித்த ஓர் அமெரிக்கர். இவர் பின்னர் தானாகவே கற்றுக்கொண்டு விஞ்ஞானி ஆனார். 1945இல் ஒரு குளிர்கால பகல் நேரத்தில் கதிர் அலை பற்றிய பரிசோதனை முடிவில் அவர் சட்டைப்பையில் இருந்த சொக்கலெட் உருகிவிட்டது. அது ஏன் நடந்தது என்று வியப்பு மேலிடத் தொடர்ந்து ஆராய்ச்சி செய்து நுண்ணலை அடுப்பைக் கண்டுபிடித்தார். இன்று உலகம் முழுக்க பாவனையில் இருக்கும் அடுப்புக்கு மூல காரணமாக இருந்தது ஒரு தற்செயல் நிகழ்வுதான்.

இப்படியான ஒரு தற்செயல் நிகழ்வு 2015ஆம் ஆண்டு ஜூலை மாதம் 4ஆம் தேதி நடந்தது. விஜய் ஜானகிராமன் அமெரிக்காவில் 40 வருடமாகப் பணியாற்றிவரும் பிரபல இருதய நிபுணர். தமிழ் மேல் அதீத பற்றுக் கொண்டவர். இவர் வைதேகி ஹெர்பர்ட் என்பவரைச் சந்தித்தார். வைதேகி தமிழில் புலமை வாய்ந்தவர். சங்க இலக்கிய நூல்கள் பதினெட்டையும் முதன்முதலாக ஆங்கிலத்தில் மொழிபெயர்த்தவர். ஒரு பல்கலைக்கழகம் செய்ய வேண்டிய பணியைத் தனியொருவராகச் செய்து வரலாறு படைத்தவர். ஜானகிராமன் அவரைச் சந்தித்தபோது 'தமிழுக்கு நான் ஏதாவது செய்யவேண்டும். என்ன செய்யலாம்?' என்றார். வைதேகி அம்மையார் 'ஹார்வர்ட் பல்கலைக்கழகம் உலகத் தரவரிசையில் முதலாவது இடத்தில் இருக்கிறது. தமிழ் இன்றும் வாழும் ஆதி மொழி; செம்மொழி. மேன்மையான இலக்கியங்கள் கொண்டது. இந்த மொழிக்கு, 380 வருட பாரம்பரியம் கொண்ட ஹார்வர்டில் இருக்கை கிடையாது. இது மிகப்பெரிய அநீதி. உலகத்தில் மூத்த மொழி ஒன்றுக்கு மூத்த பல்கலைக்கழகத்தில் இடம் தருவதுதானே முறை' என்றார்.

முதல் பொறி

இதுவே முதல் பொறி. மீன் துள்ளி விழும்போது வானத்தைப் பார்க்கும் என்பார்கள். சிறிய துள்ளல் பெரிய தரிசனம். ஜானகிராமன் மனதில் வியாபித்திருந்தது தமிழ் வானம்தான். உலகத் தமிழர்கள் மனது வைத்தால் முடியாத காரியமா என்ற எண்ணம் அவரை அலைக்கழித்தது. அமெரிக்காவில் வாழும் சுந்தரேசன் சம்பந்தமும் புகழ்பெற்ற மருத்துவர். தமிழில் ஆழ்ந்த ஈடுபாடு கொண்டவர். இருவருமாகச் சென்று ஹார்வர்ட் அதிகாரிகளைச் சந்தித்து தங்கள் விருப்பத்தைச் சொன்னார்கள். ஹார்வர்ட் பெரும் ஆர்வம் காட்டவில்லை. விடாப்பிடியான தொலைபேசி உரையாடல்களுக்குப் பின்னர் ஹார்வர்ட் ஆறு மில்லியன் டொலர் வைப்பு நிதி கட்டவேண்டும் என்ற நிபந்தனையை விதித்தது. ஆளுக்கு அரை மில்லியன் டொலர்கள் செலுத்தி ஹார்வர்ட் நிதி திரட்டலைத் தொடங்கத் தீர்மானித்தார்கள். அடுத்து வந்த ஹார்வர்ட் சந்திப்பில் அவர்களுடன் நானும் நின்றேன். அவர்கள் சார்பில் காசோலையை வழங்கி நிதி திரட்டலை ஆரம்பித்து வைக்கும் பெருமையை எனக்குக் கொடுத்தார்கள். தொடர்ந்து அமெரிக்காவில் தமிழ் இருக்கை அமைப்பு அறக்கட்டளையாகப் பதிவுசெய்யப்பட்டது. இதன் நோக்கம் உலகத்துப் பல்கலைக்கழகங்களில் தமிழ் இருக்கைகளை உருவாக்குவது. முதல் படியாக ஹார்வர்ட், அதைத் தொடர்ந்து ரொறொன்ரோ மற்றும் முக்கிய தமிழ் இருக்கைகள் என்று முடிவுசெய்யப்பட்டது.

ஹார்வர்ட் விழா

ஹார்வர்ட் தமிழ் இருக்கை ஆரம்ப விழா அமெரிக்காவில் நடக்கவில்லை. 6 டிசம்பர் 2015 அன்று, கனடா, மார்க்கம் நகரில் நடந்தது. பனிசூழ்ந்த இரவுக் கூட்டத்தில் மக்கள் குழுமியிருந்தது உற்சாகம் அளித்தது. இரண்டு மருத்துவர்களும் பேசினார்கள். அப்போது அவர்கள் ஹார்வர்ட் தமிழ் இருக்கை நிதி சேகரிப்பு முடிந்தபின்னர் ரொறொன்ரோ பல்கலைக்கழகத்தில் தமிழ் இருக்கை அமைக்கப் போவதாக உறுதியளித்தார்கள். மக்கள் உற்சாகமாகக் கைதட்டி வரவேற்றார்கள்.

ஹார்வர்ட்டின் வெற்றி

ஆரம்பத்தில் நினைத்ததுபோல ஹார்வர்ட் நிதி சேகரிப்பு இலகுவாக அமையவில்லை. பணம் கொடுத்தவர்களிலும் பார்க்க

கேள்வி கேட்டவர்களே அதிகம். எதிர்பாராத தடைகள் வந்தன. மருத்துவர் ஜானகிராமன் 'தடைகள் என்பவை மாறுவேடத்தில் வரும் வாய்ப்புகள்' என்று நம்புகிறவர். மருத்துவர் சம்பந்தமோ நிதி சேகரிக்கும் கூட்டங்களில் இப்படிப் பேசினார். 'நான் அமெரிக்காவுக்கு வந்தபோது என்னுடைய சொத்து என் சட்டைப் பையில் இருந்த 8 டொலர்தான். நான் இந்த உலகத்தை விட்டு நீங்கும்போது என் சொத்து அதிலும் குறைவாக இருக்கவேண்டும் என விரும்புகிறேன். ஈத்துவக்கும் இன்பத்துக்கு ஈடில்லை.' சிறிது சிறிதாக செய்தி உலகம் முழுக்க பரவி ஆதரவு பெருகியது. தமிழக அரசு $1.5 மில்லியன் நன்கொடை வழங்கியது. தமிழ்நாட்டில் சிறையில் இருந்து வெளியே வந்த ஒருத்தர் சிறையில் கிடைத்த பணம் முழுவதையும் ஹார்வர்டுக்குத் தானம் செய்தபோது பத்திரிகைகள் எழுதின. ஒரு கட்டத்தில் உலகெங்கும் இருந்து பணம் வந்து குவிய, பொது அறிவித்தல் மூலம் 'பணம் அனுப்பவேண்டாம்' என்று கேட்டு நிறுத்தவேண்டி நேர்ந்தது.

ரொறொன்ரோ
தமிழ் இருக்கை தொடக்கம்

'தோசைக் கல்லை ஆறப்போடக் கூடாது' என்று மருத்துவர் சம்பந்தத்தின் மனைவி விஜயா அடிக்கடி சொல்வார். 5 மார்ச் 2018இல் ஹார்வர்ட் நிதி சேகரிப்பு முடிவுக்கு வந்தது. சூட்டோடு சூடாக, ரொறொன்ரோ தமிழ் இருக்கை முயற்சி 10 மே 2018 அன்று ஆரம்பிக்கப்பட்டது. இதை உற்சாகத்தோடு வேகமாக முன்னெடுத்தவர் சிவன் இளங்கோ. ரொறொன்ரோ தமிழ் இருக்கைக்குத் தேவையான வைப்பு நிதி 3 மில்லியன் டொலர்கள். தமிழர்களின் வாரிவழங்கும் நற்குணத்தில் நம்பிக்கை வைத்து, தமிழ் இருக்கை அமைப்பும், கனடிய தமிழர் பேரவையும் ரொறொன்ரோ பல்கலைக்கழகத்துடன் கையொப்பமிட்டு ஒப்பந்தம் நடைமுறைக்கு வந்தது. ஹார்வர்டில் மேலதிகமாகச் சேர்ந்த பணத்தில் $197,000 ரொறொன்ரோ தமிழ் இருக்கைக்கு வழங்கப்பட்டது. அத்துடன் தமிழ் இருக்கை அமைப்பின் இயக்குநர்கள் தங்கள் பங்காக $479,000 அளித்தது ரொறொன்ரோ தமிழ் இருக்கை தொடக்கத்திற்குப் பெரும் உதவியாக அமைந்தது. ரொறொன்ரோவில் நிதி சேகரிப்பு இலகுவாக அமையவில்லை. பத்திரிகைகள், ஒன்றுகூடல்கள், ரேடியோ, தொலைக்காட்சி, சமூக ஊடகங்கள் மூலம் மக்களுக்குச் செய்தியை எடுத்துச் சொல்லவேண்டிய அவசியம் ஏற்பட்டது. கோவிட் நோய் பரவல் நிதி சேகரிப்புக்குப் பெரும் தடையாக இருந்தது. அப்படி

யிருந்தும் உலக மக்களின் அமோகமான ஆதரவால் மூன்று மில்லியன் டொலர்கள் சரியாக மூன்று வருடங்களில் வெற்றிகரமாகத் திரட்டப்பட்டது.

ஏன் கனடா?

வெளி நாடுகளில் தமிழை வளர்ப்பதற்கு கனடாவை விட ஒரு சிறந்த நாடு இருப்பதாகத் தெரியவில்லை. தமிழர்களுக்கும், தமிழுக்கும் மிக அணுக்கமான நாடு. தை மாதத்தைத் தமிழ் மரபு மாதமாக கனடிய நாடாளுமன்றம் 2006இல் அறிவித்திருந்தது. ரொறொன்ரோ பல்கலைக்கழகம் இதை முன்னெடுத்து வருடா வருடம் கொண்டாடி வருகிறது. ரொறொன்ரோ பல்கலைக்கழகத்தில் விரைவில் தமிழ் இருக்கைக்கான பேராசிரியர் நியமிக்கப்படுவார். ஆண்டு தோறும் தமிழ் ஆராய்ச்சியில் உலகளாவிய விதத்தில் சிறந்தவருக்கு ரொறொன்ரோ பல்கலைக்கழகம் விருதும், பண முடிச்சும் வழங்கி கௌரவிக்கும். விருதாளர் பேருரையாற்றி விருதை ஏற்றுக்கொள்வார். அதற்கான தனி வைப்பு நிதி ஏற்கனவே நிறுவப் பட்டுள்ளது. கனடா, ஒன்ராறியோ மாகாணத்தில் ஒவ்வொரு வருடமும் மே 18ஆம் நாள் தமிழின அழிப்பு அறிவியல் வாரமாக பேணுவதற்கான சட்டம் ஒருமனதாக நிறைவேறியிருக்கிறது. மூன்று லட்சத்துக்கும் அதிகமான தமிழர்கள் வாழும் கனடா நாட்டில் தமிழை வளர்ப்பதற்கான சூழல் மெச்சும்படியாக உள்ளது.

இருக்கை என்ன செய்யும்?

ரொறொன்ரோ தமிழ் இருக்கை, தமிழ்ச் செவ்வியல் இலக்கியங் களைக் கற்றுத்தருவதோடு பல்வேறு முக்கியமான ஆய்வுகளை முன்னெடுக்கும். தமிழுக்கான அங்கீகாரத்தை அளிப்பதோடு தொடர் பயன்பாட்டிற்கும், முன்னேற்றத்துக்கும் வலுச்சேர்த்து பல கல்வி நிறுவனங்களுக்கு எடுத்துக்காட்டாகச் செயல்படும். ஒரு மொழி பேசும் குழுவினரால் ரொறொன்ரோ பல்கலைக்கழகத்தில் அமைக் கப்படும் முதல் இருக்கை என்பதால் வேறு இருக்கைகளுக்கு முன் மாதிரியாக இது அமையும். தமிழ் மொழியின் தொன்மைக்கும் அதன் மேன்மைக்கும் சாட்சியாக என்றென்றும் நிலைத்து நிற்கும். கனடிய அரசின் நல்கைகள், புலமைப்பரிசில்கள், உதவித்தொகை ஆகியவற்றுக்கு வழிகோலும். பல்நாட்டு தமிழ் அறிஞர் மாநாடுகளைச் சாத்தியமாக்கும்.

என்ன பிரயோசனம்?

நிதி சேகரிக்கும்போது என்னிடம் அதிகமாகக் கேட்கப்பட்ட கேள்வி 'தமிழ் இருக்கையால் எனக்கு என்ன பிரயோசனம்?' என்பது தான். ஈழத்திலிருந்து, ஒரு வார்த்தை ஆங்கிலம் தெரியாமல் அகதி யாகப் புலம்பெயர்ந்து மிக நல்ல நிலைக்கு உயர்ந்து வாழ்பவர்கள் இப்படிக் கேட்பார்கள். 'உங்கள் பிள்ளைகள் இசை கற்கிறார்கள். கராத்தே கற்கிறார்கள். நீச்சல் கற்கிறார்கள். நடனம் கற்கிறார்கள். உங்களை மடியில் கிடத்தி உங்கள் தாயார் பேசியது தமிழ் மொழி. இந்த நாட்டுக்கு நீங்கள் கொண்டுவந்த சொத்து தமிழ் அல்லவா? இரண்டாயிரம் வருடங்களாக தலைமுறை தலைமுறையாக தொடர்ந்து வந்த மொழிச்சங்கிலி உங்களுடன் அறுந்து போகிறது. உங்கள் அம்மா பேசிய மொழியை அவர் ஞாபகமாகப் பாதுகாக்க வேண்டி யது உங்கள் கடமையல்லவா?' என்பேன். நான் சொன்னது காற்றிலே கரைந்து எனக்கு மன உளைச்சல் ஏற்படும். அந்த நேரங்களில் எனக்கு ஊக்கம் அளித்தது சாமின் நுஸ்ரத் என்ற உலகப் புகழ் சமையல் அரசி சொன்னதுதான். 'நான் தினமும் தோல்வியைச் சந்திக்கிறேன்.'

ரொறொன்ரோ
நிதி திரட்டல் அனுபவங்கள்

நிதி திரட்டலின்போது கிடைத்த அனுபவங்களை மறக்க முடியாது. 'ஒல்லாது ஒல்லும் என்றலும், ஒல்லுவது இல் என மறுத்தலும்' என்ற வரிகள் அடிக்கடி ஞாபகத்துக்கு வரும். இல்லாத போது சிலர் தருவேன் என்றனர். இருக்கும்போதும் மாட்டேன் என்றனர் சிலர். மொன்ரியலில் இருந்து ஒருவர் 30 கேள்விகள் கேட்டார். இருபது தடவை பணம் அனுப்புவதாகச் சொன்னார். பணம் வரவேயில்லை. சில வாரங்களில் பணம் எக்கச்சக்கமாக சேரும்; சில வேளைகளில் ஒன்றுமே பெயராது. மனம் சலித்துப் போகும். நற்றிணை யுகன் சொன்னது நினைவுக்கு வரும். 'தண்ணீரில் போட்ட உப்பு அப்படியே கிடக்கும். திடீரென்று கரைந்து போகும். வெற்றி அப்படித்தான். எதிர்பாராத நேரத்தில் வந்து ஆச்சரியப் படுத்தும்.'

நியூசீலாந்திலிருந்து வான்கூவர் வரைக்கும் மக்கள் நன்கொடை கள் அனுப்பினர். இங்கிலாந்துப் பெண்மணி 'தமிழுக்கு நாடு இல்லாவிட்டால் என்ன? எல்லா நாடும் எமக்குச் சொந்தமானதுதான்' என்று கணியன் பூங்குன்றனையும் தாண்டிப் பேசினார். ஆஸ்திரேலியத்

தமிழர் 'தமிழ் இருக்கை என்றால் என்ன? அது ஒரு சின்ன தமிழ் நாடுதானே!' சிங்கப்பூர்க்காரர் சொன்னதை மறக்க முடியாது. 'இத்தனைப் பெரிய தொகையா?' என்றேன். அவர் 'இன்று சொர்க்கத்தில் விடுமுறை' என்றார்.

நிதி நல்கியவர்கள்

ரொறொன்ரோ தமிழ் இருக்கை மூன்று மில்லியன் டொலர் இலக்கை மூன்று வருடத்தில் 26 ஏப்ரல் 2021 அன்று எட்டியது. அதாவது கெடுவுக்கு 26 மாதங்களுக்கு முன்னரே இலக்கை அடைந்துவிட்டது. 4,143 உலக மக்களும், தமிழ் அமைப்புகளும், இலக்கிய வாசகர்களும், ஈழத்துப் பள்ளிக்கூடங்களிலிருந்து நிதி சேர்த்து அனுப்பிய மாணவர்களும் இந்த வெற்றிக்குப் பெரிதும் உதவியிருக்கிறார்கள். தமிழக அரசு வழங்கிய 173,317 டொலர்களும், தி.மு.க வழங்கிய 16,513 டொலர்களும், தந்தை செல்வநாயகம் அறக்கட்டளை வழங்கிய 250,000 டொலர்களும், பெயர் சொல்ல விரும்பாத தமிழ் அன்பர் ஒருவர் வழங்கிய 500,000 டொலர்களும் தமிழ் இருக்கைக்குத் தேவையான மூன்று மில்லியன் டொலர் இலக்கை துரிதமாக அடைய உதவின.

படிப்பினைகள்

தமிழ் பற்றாளர்களும், ஆர்வலர்களும், கொடையாளர்களும் உலகம் முழுக்க நிரம்பியிருக்கின்றனர். இவர்களைக் கண்டு பிடிப்பதில்தான் வெற்றி தங்கியிருக்கிறது. பத்திலே ஒருத்தர் நன்கொடை வழங்கினார். பத்துப் பேர் வழங்க வேண்டுமென்றால் நூறு பேரை அணுகவேண்டும். கலைஞர்கள், கல்வியாளர்கள், தொண்டு நிறுவனங்கள், தமிழ் அமைப்புகள், கிராம நலன்புரி சங்கங்கள், முதியோர் அமைப்புகள், பள்ளிக்கூட பழைய மாணவ மாணவியர் அமைப்புகள் ஒத்துழைத்ததனால் கிடைத்தது இந்த வெற்றி. அந்தந்தச் சங்கங்கள் நிதி திரட்டலைத் தகுந்த தலைவரிடம் ஒப்புவித்ததுதான் வெற்றியின் முதல்படி. 'இதனை இதனால் இவன் முடிக்கும் என்றாய்ந்து அதனை அவன்கண் விடல்.' இதுவே மந்திரம்.

பாராட்டுகள்

வைதேகி அம்மையாரை எவ்வளவு பாராட்டினாலும் கொஞ்சம் எஞ்சும். அவர் ஆரம்பித்து வைத்த பொறி 'மரம்படு சிறு தீப்போல'

பரவி இன்று ஹார்வர்ட், ரொறொன்ரோ, நியூயோர்க், ஹூஸ்டன், லண்டன், பேர்க்லி, ஜேர்மனி என உலகமெங்கும் வியாபித்திருக்கிறது. இன்று உக்கிரெய்ன் மொழிக்கு ஓர் இருக்கை வேண்டுமென்றால் உக்கிரெய்ன் நாடு ஏற்பாடு செய்யும். ஐஸ்லாண்டிக் மொழிக்கு ஐஸ்லாண்ட் அரசாங்கம் உதவி செய்யும். தமிழுக்கு நாடு இல்லை. ஆகவே நாம்தான் செய்யவேண்டும். உலகத் தமிழர்கள் ஒன்றிணைந்து தமிழுக்கான இருக்கை ஒன்றை ரொறொன்ரோ பல்கலைக்கழகத்தில் நிறுவியது இதுவே முதல் தடவை. 'ஓர் இனக்குழு இணைந்து செயல்பட்டால் அவர்களால் முடியாதது எதுவுமே இல்லை' என்று கனடா நாடாளுமன்றத்தில் தமிழ் இருக்கை வெற்றியைப் பாராட்டிப் பேசிய மார்சி இயென் என்ற உறுப்பினர் கூறினார். இது முடிவல்ல, ஆரம்பம்தான். தமிழின் மேன்மையை முன் னெடுக்கும் கேள்விகளை உலகத் தமிழர்கள் தொடர்ந்து எழுப்ப வேண்டும். அவர்கள் ஒன்றி ணைந்தால் கிடைக்கும் ஆற்றல் பல நாடுகளின் பலத்துக்குச் சமமானது. என்னுடைய மேசையில் இந்த வாசகம் இருக்கிறது. If you don't ask, the answer will always be 'No.' 'நீ கேள்; கேட்காவிட்டால் உனக்குக் கிடைக்கும் பதில் எப்பொழுதும் 'இல்லை' என்பதாகவே இருக்கும்.

✱

மழலையர் மகிமை

வாசிங்டனில் அப்படித்தான் செய்தி. மிகச் சிறந்த மழலையர் பள்ளி என்றார்கள். இரண்டு மழலையருக்கு ஓர் ஆசிரியை வீதம் பொறுப்பு. முழுக்கவனம் கிடைப்பது உத்தரவாதம். வீட்டிலிருந்து பள்ளி ஐந்தே நிமிட தூரம்தான். குட்டிக்குட்டி மேசைகள். குட்டிக் குட்டி நாற்காலிகள். கதவு திறப்பதற்கு குட்டி கைப்பிடிகள். சகானாவுக்கு இரண்டே வயது. கடந்த ஒருவாரமாக மழலையர் பள்ளிக்கு அனுப்புவதற்கு வேண்டிய பயிற்சிகள் அளிக்கப்பட்டன. பள்ளிக்கூடத்திற்கு அழைத்துச் சென்று அங்கு பயிற்றுவிக்கும் ஆசிரியைகளைக் குழந்தைக்கு அறிமுகம் செய்து வைத்தார்கள். முதல்நாள் குழந்தை செல்லும்போது ஆசிரியைகளின் முகத்தைக் கண்டு அழக்கூடாதல்லவா? அவை ஒன்றும் அப்படி மோசமான முகங்கள் அல்ல.

இரவு படுக்க முன்னர் அடுத்தநாள் பள்ளி பற்றி நினைவூட்டப் பட்டது. காலை எழுந்தவுடன் குழந்தை 'ஓ பள்ளி, பள்ளி' என்று துள்ளியது. அது என்ன மனதில் நினைத்து துள்ளியதோ தெரியாது. அவசரமாக காலை உணவு உண்டு, புதிய ஆடை புனைந்து, முதுகுப் பையை மாட்டிக்கொண்டு பள்ளிக்கூடத்திற்குப் புறப்பட்டது. அந்தப் பயணம் 20 வருடம் தொடரும் என்பது குழந்தைக்குத் தெரியாது.

முதல் நாள்

தயாராக நிற்கும் பந்தயக் குதிரையின் ஞாபகத்தை வரவழைப்ப வர் ஜெனி. ஒன்று–பத்து அளவுகோலில் அழகு எண் 7. அவர் வாசலில் இரண்டு கைகளையும் நீட்டியபடி நின்றார். குழந்தைகள் ஒவ்வொன்றாக அவரை நோக்கி ஓடின. முகக்கவசம் அணிந்த சகானா முகக் கவசம் அணிந்த ஜெனியின் கைகளுக்குள் ஓடினாள். சற்று நேரத்தில் முகக்கவசம் அணிந்த பல்வேறு வகைக் குழந்தைகள் மத்தியில் சகானா இரண்டறக் கலந்தாள். அவள் முகக் கவசத்தில் 'சகானா' என பெயர் எழுதியிருந்தது. ஆகவே தொலைவதற்கு சாத்தியமில்லை. எல்லாம் திட்டமிட்டபடி சுமுகமாக நடந்து முடிந்தது.

ஆசிரியர்களுக்கு பெற்றோர் அடிக்கடி கடிதம் எழுதுவார்கள். அதில் சரித்திர முக்கியத்துவம் எதுவும் கிடையாது. ஆசிரியரிடமிருந்து பெற்றோருக்கு கடிதம் வருவது அபூர்வமாக நடக்கும் ஒன்று. அப்படிக் கடிதம் வந்தால் பெற்றோர் அதிர்ச்சியடைந்து விடுவார்கள். 'உங்கள் பிள்ளையை வேறு பள்ளிக்கு மாற்றுங்கள்' அல்லது 'உங்கள் பிள்ளை மூன்று நாள் பள்ளிக்கூடத்துக்கு வருவதற்கு தடை' இப்படி ஏதாவது கெட்ட செய்தியாக இருக்கும்.

அன்று காலை 11 மணிக்கு சகானாவைப் பள்ளியிலிருந்து வீட்டுக்கு அழைத்துப் போனார்கள். குழந்தையின் உடையில் ஒருகடிதம் குத்தப்பட்டிருந்தது. டைப் செய்யப்பட்டு, கடிதஉறையில் இட்டு, கையொப்பம் வைத்த கடிதம். இப்படி ஒரு கடிதத்தை கண்டால் பெற்றோருக்கு எப்படிக் கிலி பிடிக்காமல் இருக்கும். வேறு என்ன, முறைப்பாட்டுக் கடிதமாகத்தான் இருக்கும். ஜனாதிபதி உங்கள் பிள்ளைக்குப் பரிசு கொடுக்க வருகிறார் என்றா இருக்கப் போகிறது? ஓர் இரண்டுவயது குழந்தை பற்றி முதல் நாளே அதன் ஆசிரியைப் பெற்றோருக்கு முறைப்பாட்டுக் கடிதம் எழுதுவது உலகவரலாற்றில் இதுவே முதலாவதாக இருக்கும். கடிதம் ஒருபக்கம் நீளம் கொண்டது. கடவுள் சொல்லச் சொல்ல எழுதியது போல அத்தனை நேர்த்தியாகவிருந்தது. அதைச் சுருக்கி கீழே தந்திருக்கிறேன்.

அன்புள்ள
பெற்றோருக்கு

சகானா இனிமையான சுபாவம் கொண்டவள். அவள் தனியாக இல்லை. அவளுடைய பிரச்சினை கொண்ட இன்னும் பல குழந்தை களும் இங்கே படிக்கின்றனர். சகானா எல்லோருடனும் எளிதாக அணைந்துவிடுகிறாள். அத்துடன் சொன்னதைக் கேட்கும் குணம் உள்ளவள். ஆனால் அவளுடைய உடல் கடிகாரமும், பள்ளிக்கூடக் கடிகாரமும் இணைய மறுத்துவிட்டன. சரியாக காலை 10.45க்கு சகானாவின் உடல்கடிகாரம் அவளுக்குள் அடிக்கத் தொடங்கியது. 'மம்மி' என்ற அலறல் அவளுடைய சின்னத் தொண்டையிலிருந்து கிளம்பியது. அது வகுப்பறையை நிறைத்தது. பள்ளிக்கூடத்தை நிறைத்தது. பள்ளியைப் பார்வையிட வந்த புதிய பெற்றோர் சத்தம் கேட்டு திடுக்கிட்டுப் பின்பக்கமாக அடிவைத்து, திரும்பி தங்கள் காரை நோக்கி ஓடினர். இந்த அலறல் பலநிமிடங்கள் தொடர்ந்தது. மூன்று ஆசிரியைகள் கூட்டுச் சேர்ந்து ஆற்றியும் அழுகையை நிறுத்த முடியவில்லை.

மழலையர் மகிமையானவர்கள். பெற்றோராகிய நீங்கள் குழந்தைக்குக் காப்பகத்தில் எப்படி ஒழுகுவது என்பதைச் சொல்லித்

தரவேண்டும். மூச்சுப்பயிற்சி கற்பிப்பதும் நல்லது. பள்ளியின் நடைமுறைகளைக் கற்றுக் கொடுப்பது அவசியம். குழந்தை எடுத்து வைக்கும் இந்தச் சின்னஅடி பெரிய மாற்றத்துக்குச் சமம். உங்களுடன் சேர்ந்து நாங்கள் குழந்தை எதிர்பார்ப்பதை முன்கூட்டியே உணர்ந்து செயல்படுத்த முயல்வோம். இனிமேல் குழந்தையை 10.45க்கு வீட்டுக்கு அழைத்துச் செல்வீர்கள் என எதிர்பார்க்கிறோம். யார் கண்டது? இன்னும் ஒருவாரத்தில் சகானா 11.00 மணிவரை பள்ளிக் கூடத்தில் நிற்க ஆசைப்படலாம். சகானாவின் முதல் வெற்றிகரமான வாரத்தை நாம் எல்லோரும் கொண்டாடுவோம்.

தங்கள் உண்மையான,
ஜெனி கொன்சிடீன்

குழந்தைக்கும் ஒரு தரப்பு இருக்கிறதுதானே. 'ஏன் அழுதாய்' என்று கேட்டபோது, அது 'காலைச் சாப்பாடு வயிற்றினுள் முடிந்துவிட்டது' என்றது.

இரண்டாவது நாள்

பெற்றோர் குழந்தைக்கு மூச்சுப் பயிற்சி அளித்தனர். 'இழு'என்று சொன்னதும் குழந்தை தலையை மேலே மேலே தூக்கியது. மூச்சை இழுக்க அதற்குத் தெரியவில்லை. குழந்தை சாப்பிடுவதற்கு மூன்று விதமான உணவுப் பொருள்களைப் பெட்டியில் அடைத்து பெற்றோர் அனுப்பினார்கள். ஆசிரியை அப்படித்தான் செய்யவேண்டும் எனக் கண்டிப்பாக உத்தரவிட்டிருந்தார். உலர் உணவு ஒன்று; ஈரமான உணவு ஒன்று; பழம் ஒன்று. குழந்தை இதில் ஏதாவது ஒன்றை இடைவேளையில் சாப்பிடும் என்பது எதிர்பார்ப்பு. அன்று குழந்தை ஒருவித பிரச்சினையும் இல்லாமல் மற்ற குழந்தைகளுடன் அணைந்தது.

பெற்றோர் சொல்லிக் கொடுத்ததுபோல அவ்வப்போது மூச்சு பயிற்சி செய்யவும் மறக்கவில்லை. மணிக்கூட்டில் 10.45 வந்தது. மூன்று ஆசிரியைகளும் எதையோ எதிர்பார்த்து ஓர்இடத்தில் குவிந்து நின்றார்கள். ஆனால் அதைக் கடந்து குழந்தை போனது.

விளையாட்டுகளில் கலந்துகொள்ள அதற்கு நேரம் இருக்க வில்லை. இசை நாற்காலி விளையாட்டில் யாரோ கடைசி நாற் காலியை இழுத்துவிட்டது போல தனியாக நின்று யோசித்தது. எல்லாக் குழந்தைகளும் 11 மணிக்கு வீட்டுக்குப் போனபோது

அந்தக் குழந்தையும் போனது. அன்று கடிதம் வரவில்லை. ஆனால் பெற்றோரின் செல்பேசியில் குரல் அஞ்சல் ஒன்று எப்பவோ வந்து உட்கார்ந்திருந்தது.

'இன்று வெற்றிகரமான நாள். 10.45க்குத் தயாராக இருந்தோம். சகானா (sound barrier) ஒலித்தடையை வெற்றிகரமாகத் தாண்டினாள். ஒரேயொரு சின்னப் பிரச்சினை. இடைவேளையின் போது ஏதாவது ஓர் உணவுவகை சாப்பிடவேண்டும். அதுதான் காப்பகத்தின் விதி. சகானா மூன்று உணவையும் சாப்பிட்டு முடிப்பதற்கு 45 நிமிடம் எடுத்துக்கொண்டாள். ஒருமணி நேரத்தில் 45 நிமிடம் உணவுக்குப் போனது. மற்ற குழந்தைகள் 15 நிமிடத்தில் சாப்பிட்டு விட்டு விளையாட்டுகளில் கலந்து கொண்டார்கள். மூன்றுவகை உணவு குழந்தைக்கு அதிகம். இனிமேல் ஒன்று போதும்.'

மூன்றாவது நாள்

காலையில் சகானா இருளான வீட்டு மூலையில் போய் குந்தி யிருந்து கொண்டு அன்றைய திட்டம்பற்றி யோசித்தாள். பழைய கறுப்பு வெள்ளை புகைப்படம் போல அவள் முகத்தில் உற்சாகம் வடிந்திருந்தது. பாடசாலை உடுப்பணிந்து, முதுகுப்பை மாட்டி, எல்லாமே தயார் நிலையில் காணப்பட்டது. அவள் தலை முழங் காலுக்கு கீழே தொங்கியது. அது நல்ல சகுனமில்லை. வீட்டு மூலையில் இருந்து அவள் அசைவதாகத் தெரியவில்லை.

'பள்ளிக்குச் செல்லலாம் சகானா. அங்கே ஜெனி உனக்காகக் காத்துக் கொண்டிருப்பார்.'

தொங்கிய தலை தெற்கு வடக்காக ஆடியது.

'உன்னுடைய சிநேகிதி லூலூ உன்னைப் பார்க்க ஆவலாக இருக்கிறார்.'

தலை ஆடியது.

'உனக்கு கேக் கிடைக்கும்.'

'வேண்டாம்.'

'உனக்கு குக்கி கிடைக்கும்.'

'எனக்குப் பிடிக்காது. அவர்கள் மழைக்காலத்தை திருப்பிக் கேட்கிறார்கள்.'

'யார்?'

'அவர்கள்தான்.'

'சரி, உனக்குத் தெரியுமா? பள்ளியிலே குட்டி குட்டி ரொய்லெட் இருக்கு. அதில் நீ வேண்டிய மட்டும் உட்காரலாம்.'

விர்ரென்று கிளம்பிய சகானா துள்ளிக் குதித்து புறப்பட்டாள். நாரை ஒன்று தண்ணீரிலிருந்து எம்பிப் பறந்து போனது. அதையே பார்த்தபடி நடந்தாள். இதனிலும் பார்க்க அழகான ஒன்றைப் பள்ளியிலே கற்கமுடியுமா?

இருபது பொம்மைகளில் ஒன்று தொலைந்தாலும் அதைப் பெயர் சொல்லி சரியாகக் கண்டுபிடிப்பது; தமிழில் கேள்வி கேட்டால் ஸ்பானிஷ் மொழியில் பதில் சொல்வது; யாருடைய பிறந்தநாள் என்றாலும் பாடலில் தன்பெயரைச் சேர்த்துப் பாடுவது; இப்படியான திறமைகளையெல்லாம் ஒருங்கே பெற்றிருந்த சகானா அன்று 11 மணியாகியும் ஒவ்வொரு குட்டி நாற்காலியாக மாறிமாறி உட்கார்ந்து விளையாடினாள்.

இன்னும் வீடு திரும்பவில்லை. இன்றைக்கு ஆசிரியை அறிக்கை எப்படி வரும்? ஜெனி மதியூகி; தர்க்கவியல் படித்தவர். எழுத்தாகவா அல்லது குரல் அஞ்சலாகவா? ஒருவேளை முறைப்பாட்டை ஜெனி நேரே கொண்டு வந்தாலும் வரலாம்.

*

மொழிபெயர்ப்புக்
கதைகள்

எதிரிகள்

ரிம் ஓபிரையன்

(தமிழில் : அ. முத்துலிங்கம்)

(ரிம் ஓபிரையன் எனக்கு மிகவும் பிடித்த அமெரிக்க எழுத்தாளர். இப்பொழுது டெக்சாஸ் பல்கலைக்கழகத்தில் படைப்பு இலக்கியம் கற்றுக்கொடுக்கிறார். இவரைச் சந்திக்கவேண்டும் என்ற ஆசை என்னிடம் பலவருடங்களாக உள்ளது. பல புத்தகங்கள் எழுதியிருக்கிறார். வியட்நாம் யுத்தத்தில் இவர் பங்குபற்றியபோது பெற்ற அனுபவங்களைக் கட்டுரைகளாகவும், சிறுகதைகளாகவும் எழுதியிருக்கிறார். National Book Award உட்பட பலவிருதுகள் பெற்றவர். இவருடைய புத்தகங்கள் 20 லட்சம் பிரதிகள் விற்றிருக்கின்றன. சமீபத்தில் இவர் போர்க் காலத்தில் நடந்த ஒரு சின்னச் சம்பவம் பற்றி எழுதியதைப் படிக்க நேர்ந்தது. உடனேயே மொழிபெயர்க்க வேண்டும் என்று தோன்றியது. ஆனால் மொழிபெயர்க்காமல் கதையை என்மொழியில் எழுதியிருக்கிறேன். இவருடைய கதைகளில் சொல்லும் உண்மைகள் நிஜத்தில் நடந்ததிலும் பார்க்க இன்னும் கூடிய உண்மையாக இருக்கும் என்று இவரே கூறியிருக்கிறார். இனி சம்பவத்தைப் பார்ப்போம்.)

ஒருநாள், ஜூலை மாதக் காலை நேரம், வியட்நாமின் கேட்டர் என்ற பிரதேசத்தில், லீஸ்ரங்கும், டேவ்ஜென்சனும் காவல் சுற்றில் இருந்தார்கள். ஏதோ ஒரு சந்தர்ப்பத்தில் திடீரென்று ஒருவர் மீது ஒருவர் பாய்ந்து சண்டை போடத்தொடங்கினார்கள். ஓர் அற்பக் காரணம். டேவ்ஜென்சனின் கத்தி திருட்டுப்போய்விட்டது. அதற்காக இருவரும் கொலை செய்யத் துணிந்ததுபோல உருண்டு பிரண்டார்கள். ஆரம்பத்தில் சண்டையின் வெற்றிதோல்வி மாறி மாறிப்போனது. ஆனால் டேவ்ஜென்சன் பெரிய உடம்புக்காரன். கட்டுறுதியான உடலும் வலிமையும் கொண்டவன். தன் கைகால்களை வளைத்து லீஸ்ரங்கை நிலத்தோடு சேர்த்து அழுத்தி கழுத்தை

நசுக்க ஆரம்பித்தான். அத்துடன் நிற்காமல் மற்ற கையால் அவன் மூக்கிலே திரும்பத் திரும்பக் குத்தினான். ஒன்றுக்குப்பின் ஒன்றாகப் பலமான குத்துகள். ஒரு கட்டத்தில் பட்டாசு வெடிப்பதுபோல அவனுடைய மூக்கு எலும்பு உடைந்தது. அப்படியும் டேவ்ஜென்சன் நிறுத்தவில்லை. தொடர்ந்து ஒரே இடத்தில் குத்தினான். நாங்கள் மூன்று பேர் பாய்ந்து டேவ்ஜென்சனை இழுத்து எடுத்தோம். லீஸ்ரங்கை ஹெலிகொப்டரில் ராணுவ மருத்துவமனைக்கு அனுப்ப நேர்ந்தது. இரண்டு நாளில் அவன் திரும்பினான். உலோகத்தால் பாதுகாப்பு அமைத்து மூக்கைச்சுற்றி பஞ்சும் கட்டும் போட்டிருந்தார்கள்.

வேறு ஒரு சந்தர்ப்பத்தில் இந்த விசயம் இங்கேயே முடிந்திருக்கும். ஆனால் இது வியட்நாம் போர். எல்லோரிடமும் துப்பாக்கி இருந்தது காரணமாக டேவ்ஜென்சன் கவலைப்படத் தொடங்கினான். இந்தக் கவலை அவனுடைய மண்டைக்குள் உருவானதுதான். வெளிப்படையாக ஒருவித அச்சுறுத்தலும் லீஸ்ரங்கிடமிருந்து கிளம்பவில்லை. ஆனாலும் அவனுக்குப் பழிவாங்கும் எண்ணம் இருக்குமென நினைத்து டேவ்ஜென்சன் தன்னைப் பாதுகாக்கும் வழிவகைகளை ஆராய்ந்தான். காலைக் காவல்சுற்றின்போது லீஸ்ரங் எங்கே எந்தப் பக்கம் நிற்கிறான் என்பதைத் தொடர்ந்து அவதானித் தான். அவனிலும் வெகுதூரமாகத் தன்னுடைய போர்க்கிடங்கை அமைத்தான். தன்முதுகை அவன் பார்க்காத விதமாக ஏற்பாடுகள் பண்ணினான். இரண்டு பேரும் தனியாக இருக்கநேரும் சந்தர்ப்பங் களைத் தவிர்த்தான். ஒருவாரமாக இந்தநிலை நீடித்தது. டேவ்ஜென் சனால் ஒருநிமிடம்கூட நிம்மதியைக் காணமுடியவில்லை. அமைதி பறிபோனது; மனம் பதைபதைப்பது அதிகமானது. முன்னுக்கு பகைவர் பின்னுக்கு அவன் உண்டாக்கிய எதிரி. இரவிலே அவனால் தூங்கமுடியவில்லை. எப்பவும் தயார் நிலையில் இருக்க வேண்டி யிருந்தது. விசித்திரமான சத்தங்கள் இரவில் அவனுக்குக் கேட்டன. அவனுடைய போர்க்கிடங்கை இலக்கு வைத்து கிரனேட்டுகள் உருண்டு வருவதைக் கற்பனை செய்தான். சிலவேளை அவன் காது ஓரத்தில் ஒருகத்தி முனை தொட்டுப் போனது. யார் நல்லவர்கள், யார் கெட்டவர்கள் என்று தீர்மானிப்பதுகூட அவனுக்குச் சிரம மானது.

இதுவெல்லாம் ஒரு கத்தி களவு போனதில் தொடங்கியது. நிலைமை சீரடைந்து நாங்கள் பாதுகாப்பாக உணர்ந்து ஓய்வெடுக்கும் சமயத்தில்கூட டேவ்ஜென்சன் தன்முதுகைக் கற்சுவரில் சாய்த்து வைத்து முழங்கால்களில் துப்பாக்கியை ஏந்தியவாறு, எங்கே லீஸ்ரங் என்று பதற்றமாக கண்களால் துளாவினான். இறுதியில் ஒருநாள் அவன் தன்கட்டுப்பாடுகளை இழந்தான்.

அ.முத்துலிங்கம் ♦ 109

ஒரு பின்மதியம் டேவ்ஜென்சன் தன் துப்பாக்கியைத் தூக்கி, லீஸ்ரங் என்று கத்தியபடி வானத்தை நோக்கிப் படபடவென்று ஒரு சுற்று தோட்டா முடியும்வரை சுட்டுத்தள்ளினான். நாங்கள் நிலத்திலே படுத்துவிட்டோம். ஒருத்தருக்கும் அவனுக்குக் கிட்டப் போக தைரியம் வரவில்லை. திரும்பவும் துப்பாக்கியில் தோட்டாவை நிறைத்தான் ஆனால் சுடவில்லை. சடுதியாக தன் கைகளால் தலையைச் சுற்றிப்பிடித்தபடி அசையாமல் இரண்டு மூன்று மணிநேரம் அதே இடத்தில் உட்கார்ந்திருந்தான்.

ஆனால் இதுவல்ல கதை. விநோதமான பகுதி இனிமேல்தான்.

அன்று இரவு டேவ்ஜென்சன் ஒரு பிஸ்டலை கடன்வாங்கி கைப்பிடியை இறுக்கிப் பிடித்து ஒரு சுத்தியல் போல தூக்கி தன்மூக்கை தானே உடைத்துக் கொண்டான். அதன் பின்னர் லீஸ்ரங் தங்கிய போர்க்கிடங்குக்குச் சென்று தன் உடைந்த மூக்கைக் காட்டி 'இனி எங்களுக்குள் ஏதாவது பிரச்சினை உண்டா?' என்று கேட்டான். லீஸ்ரங் தலையை ஆட்டியபடி இனி சச்சரவு கிடையாது என்று சொன்னான்.

அடுத்த நாள் காலை விடிந்தது. லீஸ்ரங்கால் தொடர்ந்து வந்த சிரிப்பை அடக்க முடியவில்லை. 'அவன் பைத்தியம்; முழுப் பைத்தியம். அவனுடைய கத்தியைத் திருடியது நான்தான்' என்றான்.

✳

டாச்சாவுக்குப் போகும் வழியில்

ஜோசிப் நோவாகோவிச்

(தமிழில் : அ. முத்துலிங்கம்)

சென்ற் பீட்டர்ஸ்பர்க்கின் தேவாலயங்களின் கூர்கோபுரங்கள் தரும் அழகை ரசித்தபடி வாசிலெவ்ஸ்கி வழியாக நடந்துகொண்டிருந்தேன். கோபுரங்கள் நீலம், பச்சை, தங்கம், பழுப்பு, சிவப்பு வர்ணங்களில் ஒளிர்ந்தன. ஒரு வாடகை காரை நிறுத்துவதற்காக கையை உயர்த்தினேன். உடனேயே மிக மெதுவாக ஊர்ந்துவந்த கறுப்பு நிற பி.எம்.டபிள்யூ வாகனம் ஒன்று சட்டென்று பக்கத்தில் வந்தது. மந்திரம் போல ஒரு விரலை உயர்த்தியவுடன் கார் ஒன்று முன்னே நின்றது. இது நடந்தது ஊபர் வரமுன்னர்; அந்தக் காலங்களில் எந்த ஒரு வாகன ஓட்டியும் காரை நிறுத்தி உங்களுக்குச் சவாரி தந்து கொஞ்சம் காசு உழைக்கலாம். மினுமினுங்கும் வெள்ளி முடியோடு காணப்பட்ட நடுத்தர வயது மனிதர் கார் கண்ணாடியை இறக்கினார். நான் 200 ரூபிள் என்றேன், அவர் 300 என்றார்.

இது தூரம் இல்லையே, கிரெஸ்டி சிறைச்சாலை.

இந்தப் போக்குவரத்து நெரிசலில் கூடிய நேரம் எடுக்கலாம். லண்டனில் எவ்வளவு காசு எடுக்கும்?

நாங்கள் லண்டனில் இல்லையே.

லண்டனில் குறைந்தது 15 பவுண்டு; ஏறக்குறைய 700 ரூபிள்.

சரி, 250 ரூபிள் என்றபடி பின்கதவைத் திறந்தேன்.

ஹலோ, இங்கே, என்று முன் இருக்கையைச் சுட்டிக்காட்டினார்.

ஏன்?

நீங்கள் ஜேர்மனியிலா இருக்கிறீர்கள்? இல்லை, இது ரஸ்யா. முன் சீட்டில் உட்காருங்கள். நான் உங்கள் வேலைக்காரன் இல்லை. சகாக்கள்போல நாங்கள் பக்கத்துப் பக்கத்தில் உட்கார்ந்து பயணிப்போம். நான் தூங்காமல் இருப்பதற்காக என்னோடு பயணத்தின் போது பேச வேண்டும்.

குளிர்ந்த கறுப்புத்தோல் முன் ஆசனத்தில் நான் அமர்ந்தேன்.

காரை ஓட்டியவர் உண்மையில் வாடகைக் கார் சாரதியல்ல. பெரும்பாலான சாரதிகள்போல சந்தர்ப்பம் கிடைக்கும்போது சவாரி பிடித்து பணம் சம்பாதிக்கும் ஒருவர்தான். காரை வேகமாக ஓட்டி அரண்மனை பாலத்தைக் கடந்து, நெவிஸ்கி வழியாக இறங்கி காரை ஓட்டினார். ஒரு மாற்றத்துக்கு வீதிகள் வெறுமையாக காட்சி யளித்தன. சீட் பெல்ட்டை இழுத்து செருகப் போனேன்.

இல்லை இல்லை என்றார் சாரதி. நான் ஒரு திறமையான ஓட்டுநர். வெளியே இருப்பதிலும் பார்க்க இந்தக் காருக்குள் நீங்கள் சேமம்.

என்றாலும் சீட் பெல்ட்டை மாட்டுவது நல்ல பழக்கம்தானே.

இல்லை, அது பயந்தாங்கொள்ளிகளுக்கு.

நான் வீரதீரச் செயல் புரிய வரவில்லை, ஒரு பயணம் செய்கிறேன். பாதுகாப்பாக இருப்பது நல்லது.

உங்களுக்கு நான்தான் பாதுகாப்பு.

சீட் பெல்ட் அணிய வேண்டும் என்பது இங்கே சட்டம் அல்லவா?

ஓ, அது பேப்பரில் மட்டுமே. இப்படியான சின்னச்சின்ன சட்டங்களை நாங்கள் பொருட்படுத்துவதில்லை. ஆனால் இன்னும் சில வருடங்களில் அது உண்மையான சட்டமாகலாம், போதிய சனங்கள் ரோட்டுகளில் செத்த பிறகு.

ரஸ்யாவின் ரோட்டுகளில் ஏற்கனவே பலர் இறந்துவிட்டார்கள் என்று நான் நினைக்கிறேன்.

போதாது.

சாரதி தன் கையிலிருந்த பிளாக்பெர்ரியில் ஏதோ பார்த்துக் கொண்டு அதே நேரம் வேகத்தைக் கூட்டினார். இரண்டு போலீஸ் காரர்கள் நீலம் – கறுப்பு சீருடையில் குண்டாந்தடிகளைச் சுழற்றிய படி வாகனத்தை நிறுத்தினார்கள். திடுக்கிட்டு வாகனத்தை நிறுத்தி வெளியே குதித்து அதே வேகத்தில் சாரதி திரும்ப உள்ளே வந்தார்.

என்ன துரிதம்? எப்படி அத்தனைச் சீக்கிரத்தில் காரியத்தை முடித்தீர்கள்? நிறையச் செலவானதா?

இல்லவே இல்லை. என்னுடைய சின்னத்தைக் காட்டினேன். நான் ஒரு போலீஸ் அதிகாரி, மேஜர். அவர்கள் வெறும் ரோட்டுக் குப்பை. அதுதான் மன்னிப்பு கேட்டு பின்வாங்கினார்கள்.

உண்மையாகவா? அதிகாரியா? ஆனால் சீருடைகூட இல்லையே. அத்துடன் உங்களுக்குச் சட்டத்தின் மீது மதிப்பு கிடையாதே.

உயர் அதிகாரிகள் சீருடை அணிவதில்லை. ஆனால் பின்னுக்கு என்னுடைய சீருடை காத்திருக்கிறது. அணிவகுப்புகளின்போதும், ஜனாதிபதியின் வருகை சமயத்திலும் அது வெளியே வரும்.

எதற்காக அவர்கள் மன்னிப்பு கேட்டார்கள்? நீங்கள் அதிவேக மாகப் போனது உண்மைதானே.

அதுவா? உங்களுக்கு ஒரு சலுகை, நண்பரே. நீங்கள் போக வேண்டிய இடத்துக்குச் சீக்கிரமாகக் கொண்டு சேர்க்கவேண்டும் என்பதுதான் காரணம்.

எனக்கு அப்படி ஒன்றும் அவசரமில்லை.

எப்பொழுது அவசரமில்லாத ஓர் அமெரிக்கன் இருந்தான்?

அதுதான் நான் வெளியே இருக்கிறேன். இந்த எலிப்பந்தய ஓட்டத்திலிருந்து தப்பி ஓய்வாக இருக்க விரும்புகிறேன்.

ஓய்வாக இருப்பதற்குத் தேர்ந்தெடுக்கப்பட்ட பிழையான நகரம் இது. அதற்குப் பாய்க்கல் வாவியை நான் பரிந்துரைப்பேன். என்னு டைய மாமிக்கு அங்கே ஒரு வீடு இருக்கிறது. அவர் பெரிய கட்டணம் ஒன்றும் அறவிடமாட்டார். எவ்வளவு பணம் உங்களால் கட்டமுடியும்? மாதத்துக்கு 1000 டொலர்? மிகவும் மலிவு.

நன்றி. எனக்கு நகரம்தான் பிடிக்கும்.

அழகானது இல்லையா?

ஆமாம்.

நான் நினைக்கிறேன் இது அருவருப்பானது. என்னிடம் போதிய பணம் சேர்ந்ததும் நான் ஓய்வுக்காக டாச்சாவுக்குப் போகப் போகிறேன். உங்களுடைய கட்டணம் எனக்கு டாச்சா பணம். அங்கே போக உதவப்போகிறது.

நன்றி. என்னுடையப் பணத்துக்கு டாச்சா பணம் என்று பெயர் சூட்டியது எனக்குப் பெருமையாக இருக்கிறது.

நீங்கள் கிரெஸ்டி சிறைக்குப் போகிறீர்களா?

நிச்சயமாக.

அது ஒரு பாழாய்ப்போன சிறை. அங்கே என்ன பார்க்க இருக் கிறது?

எனக்குத் தெரியாது, ஆனால் உங்களுக்குத் தெரிந்திருக்கும். நான் அதுபற்றி நிறையப் படித்து இருக்கிறேன்.

எப்படி அதைப் பார்க்கப் போகிறீர்கள்?

என்ன? எனக்குப் புரியவில்லை.

அ.முத்துலிங்கம் ◆ 113

ஒரு சுற்றுலாப் பயணியாகவா? அல்லது வேறு யாராவது சார்பிலா?

சுற்றுலாப் பயணியாகத்தான். அதில் என்ன சந்தேகம்? வேறு என்ன தேர்வு இருக்கிறது, கைதியாகவா?

உடம்பு முழுக்க அதிரச் சிரித்தார். கடைசியில் பெரும் மூச்சிரைப்புடன் அது முடிவுக்கு வந்தது.

பத்திரிகையாளராக இல்லையா? ரஸ்யாவைப் பற்றி நீங்கள் கெட்ட செய்திகள் எழுதமாட்டீர்களா?

பத்திரிகையாளராக இல்லை. ரஸ்யாவைப் பற்றி மோசமாக எழுத ஒன்றுமே இல்லை. இது அழகான நாடு.

இது கேவலமான நாடு. மோசடிக்காரர்களும், திருடர்களும் நிறைந்தது. எனக்குத் தெரியும், என்னுடைய வேலை அதுதான்.

அவருடைய பிளாக்பெர்ரி சத்தம் போட அவர் அதைக் கையிலெடுத்துப் பேசினார். பின்னர் காதுகொடுத்து உன்னிப்பாகக் கேட்டார், மறுபடியும் விரைவாகப் பேசினார். வாகனத்தை ரோட்டு ஓரத்திலே, போர்யே காலரிக்கு வெளியே நிறுத்திவிட்டு காத்திருந்தார். ரோட்டுக்கு மற்ற பக்கம் பழைய கே.ஜி.பி தலைமையகம் தெரிந்தது.

அவசரமாகப் போகவேண்டும் என்றல்லவோ நினைத்தேன்.

என்னுடைய நண்பன் ஒருவனிடமிருந்து முக்கியமான அழைப்பு வரும். அதற்காகக் காத்திருக்கிறேன்.

சிறிது நேரத்தில் தொலைபேசி மறுபடியும் சத்தமிட்டது, ஆனால் ஓட்டுநர் அதை எடுத்துப் பேசவில்லை. நடைபாதையை உராய்ந்துகொண்டு வாகனம் வேகமாகப் புறப்பட்டது. லிட்டெய்னி பாலத்துக்கு முன் வந்த சிவப்பு விளக்கில் கார் நிற்காமல், ரோட்டுக் கரையைத் தொடுகிறமாதிரி நின்ற ஒரு பாதசாரி பக்கமாகச் சென்றது. இரண்டு பேர் பாதசாரியைப் பிடித்துத் தள்ள அவர் ரோட்டுப் பக்கம் போய் விழுந்தார். சாரதி காரை வெட்ட அது கரைப்பக்க மாகத் திரும்பி பாதசாரியின் மேல் பெரும் சத்தத்துடன் போய் மோதியது. நான் முன்பக்கமாகத் தூக்கி எறியப்பட்டாலும் சேதம் இல்லாமல் தப்பினேன்.

நாசமாய்ப்போக. இந்த நகரத்தில் பாதசாரிகளின் அடாவடித் தனம் சகிக்கமுடியாது. அவன் ரோட்டுக்கு அவ்வளவு சமீபமாக நின்றிருக்கக் கூடாது. வாகனத்தின் முன்னே பாய்ந்து என்னை கைகாட்டி நிறுத்த முயன்றான். நீங்கள் பார்த்தீர்கள்தானே? அப்படிச் செய்வதற்கு அவனுக்கு ஓர் உரிமையும் கிடையாது.

யாரோ அவனைத் தள்ளிவிட்டார்கள்.

அவன் குடிபோதையில் தள்ளாடி ஒரு சிறு கல்லில் தடுக்கி விழப் பார்த்திருக்கலாம்.

நீங்கள் வாகனத்தை வெட்டி அவனை இடித்தீர்கள். இந்த ரோட்டு எத்தனை அகலமானது. அவ்வளவு கிட்டவாக ரோட்டுக் கரைக்கு வாகனத்தைச் செலுத்த வேண்டியதில்லை.

நீங்கள் சொன்னது அத்தனை நிச்சயமானதா?

சாரதி என்னை முழுசிப் பார்த்தான். அவனுடைய தடித்த கறுப்பு புருவங்கள் வளைந்தன. நான் என் பார்வையைச் சற்று இறக்கி சாரதியின் மூக்கில் நிறுத்தினேன். மூக்குத் துவாரத்திலிருந்து தள்ளிக்கொண்டு வெளியே தெரிந்த மயிர்கள் முறுகி அளவுக்கதிகமாக உபயோகித்த வர்ணமடிக்கும் பிரஷ் தும்புகள்போல நீட்டிக்கொண்டு நின்றன.

இதைப் பற்றி நீங்கள் பத்திரிகைக்கு எழுதப் போகிறீர்களா?

நான் எழுதப் போவதில்லை, ஆனால் எதற்காக வாகனத்தை அவசியம் இல்லாமல் வெட்டினீர்கள். நான் பத்திரிகையாளர் இல்லை. இந்த விஷயத்தில் யார் ஆர்வம் காட்டப் போகிறார்கள்?

ஆமாம், சனங்கள் ஆர்வம் காட்டுவார்கள்.

எப்படித் தெரியும்?

நான் வாகனத்தை வெட்டவில்லை. நீங்கள் அளவுக்கதிகமாக குடித்திருக்கலாம், அதனால் நேர்க்கோடுகளும் வளைந்த கோடுகளாக உங்களுக்கு காட்சியளித்திருக்கும்.

நீங்கள் காரை நிறுத்தி அவசர மருத்துவச் சேவை வாகனத்தை அழைக்கப் போவதில்லையா?

நான் ஏன் அதைச் செய்ய வேண்டும்? அவர்கள் வருவார்கள், யாராவது ஒருவர் உதவி செய்ய நிறுத்துவார்.

நீங்கள் நினைக்கிறீர்கள். நான் பார்த்த அளவில் வீதியில் காயம்பட்டவர்களைச் சனங்கள் இங்கே உதாசீனப்படுத்துகிறார்கள்.

என்னை நம்பலாம், யாராவது அவனை மீட்பார்கள். நான் அதற்குப் பொறுப்பு.

நாங்கள் போலீசை அழைக்க வேண்டாமா?

நான்தானே போலீஸ். நான் சிலரை அங்கே அனுப்புவேன், கொஞ்ச நேரம் கழித்து.

ஆனால் இது அவசரத் தேவை.

முதலில் நீங்கள் செல்லவேண்டிய இடத்துக்கு உங்களைக் கொண்டுபோய்ச் சேர்ப்பேன்.

என்னை நீங்கள் அங்கே இட்டுச் செல்லத் தேவையில்லை. எனக்கு ஓர் அவசரமும் கிடையாது. அவசர உதவி வாகனத்தை அழைக்க முடியுமா? அதுதான் இப்போது அதி முக்கியமானது.

என்ன அவசரம்?

அங்கே ஒருத்தன் நடுரோட்டில் கிடந்து செத்துக் கொண்டிருக்கிறான்.

வாகனம் லிட்டெய்னி இழுப்பு பாலத்தைத் தாண்டி துரிதமாக நோவா பக்கம் இறங்கியது. டயர்கள் ரீங்காரமிடுவது போன்ற சத்தம் எழுப்பிக்கொண்டு இழுபாலத்தின் ஓரங்களை உரசியபடி துள்ளித் துள்ளிக் கடந்தன. இடது பக்கம் பீட்டர் போல் கோட்டையின் தங்க கோபுரம் தெரிந்தது. சூரியக் குளியல் மனிதர்கள் சிப்பாய் பொம்மைகள்போல சின்னதாகக் காட்சியளித்தனர். அநேகமான ஆண்கள் நின்றபடி சூரியக் குளியல் செய்தார்கள். அப்படி நின்றவாறு குளிப்பதுதான் மதிப்பானது. அந்த முறையில் சூரியனுடைய கீழ்க்கோண கதிர்கள் உடம்பில் அதிகளவு பரப்பை நிரப்பும். அத்துடன் நீள்தூரத்துக்குச் சுற்றிவரவும் பார்க்கலாம்.

அவன் உடலில் ஓடிய ரத்தம் இப்போது ரோட்டில் ஓடுகிறது.

உங்களுக்கு எப்படித் தெரியும்? பாலத்துக்கு அப்பால் உங்களால் பார்க்க முடியுமா?

இந்நேரம் நீங்கள் அவனைக் கொன்றிருக்கக்கூடும்.

அமைதி. உங்களைப் போன்ற அமெரிக்கர்கள் எதையும் நாடகமாக்கிவிடுவார்கள். உங்களுக்கு ரஸ்யக் குடிகாரர்கள் பற்றித் தெரியாது. ரப்பரால் செய்யப்பட்டவர்கள்; அவர்கள் உடலுக்கு ஒருவித தீங்கும் நேராது. என்னுடைய வாகனம் அவரை இடிக்கவில்லை, சாடையாகத் தொட்டது.

தொட்டதா? நேராகச் சென்று இடித்தது. காரின் முன் பம்பரையும், வலது பக்க ஹெட் லைட்டையும் சோதித்தாலே தெரிந்துவிடும்.

இந்தக் கார் வலுவானது, ராணுவ கவச வாகனம்போல. இது ஜேர்மனியில் உருவாக்கப்பட்டது.

போதும், நான் இறங்குகிறேன். எனக்கு மேலும் பயணம் வேண்டாம்.

இன்னும் நாங்கள் சொன்ன இடத்துக்கு வந்து சேரவில்லை. ஒரு நிமிடம் பொறுங்கள்.

கிட்டடியில் வந்துவிட்டோம். நான் நடக்கிறேன்.

நீங்கள் நடக்க வேண்டாம். நான் உங்களைக் குறிப்பிட்ட இடத்துக்குக் கொண்டுபோய்ச் சேர்ப்பேன்.

எனக்கு நடக்க விருப்பம்.

இல்லை, நான் வாக்கு கொடுத்தால் அதை நிறைவேற்ற வேண்டும். இது சத்தியம். பாலத்துக்கு நடுவில் நிறுத்த முடியாது. நான் நடக்கிறேன். பாலத்தைக் கடந்தாகிவிட்டது.

சரி. சாரதி குறுக்குச்சுவர் பக்கமாக திடீரென்று திருப்பி காரைச் சட்டென்று நிறுத்தினான். கிரெஸ்டி சிறைச்சாலையை இனிதாக அனுபவியுங்கள். அது பார்க்க மகத்தானதாக இருக்கும். அங்கே நேரம் கழிப்பது அத்தனை பெறுமதி வாய்ந்தது.

நான் 300 ரூபிள் கொடுத்தேன்.

கொஞ்சம் பொறுங்கள், நான் மீதி 50 ரூபிள் தரவேண்டும். அது எங்கேயோ இருக்கிறது; அதைக் கண்டுபிடிக்கவேண்டும்.

நன்றி. தேவையில்லை. எனக்கு 50 ரூபிள் வேண்டாம்.

ஏதாவது பிரச்சினை என்றால் என்னை அழையுங்கள். என்னுடைய நம்பர் வேண்டுமா?

நன்றி. நான் பிரச்சினைகளில் மாட்டுவதில்லை.

இல்லையா? இப்பொழுது நீங்கள் எதன் நடுவில் நிற்கிறீர்கள்? இது பிரச்சினை இல்லையா?

எனக்கு ஒன்றும் பிரச்சினை கிடையாது.

இது ரஸ்யா, நண்பரே. எல்லோருக்கும் பிரச்சினை உள்ளது. ஒருவரும் ஒன்றையும் பார்ப்பதில்லை. கிரெஸ்டி சிறைச்சாலை, அங்கே போகவேண்டாம். நீங்கள் மாரிங்ஸ்கி நாடக அரங்குக்குச் செல்வது எவ்வளவோ மேல். அங்கே அழகைப் பார்க்க முடியும். உங்களுக்கு எப்போதாவது சவாரி தேவை என்றால் என்னை அழைக்கலாம். அங்கே கொண்டுபோய்ச் சேர்ப்பது என் பொறுப்பு. வேகமாகவும், சேமமாகவும். டாச்சா பணம் எனக்கு மிகவும் பயன் படும்.

* * *

ஜோசிப் நோவாகோவிச் யூகோஸ்லாவியாவில் பிறந்து மருத்துவம் படித்தார். சிறிது காலம் யூகோஸ் லாவியா ராணுவத்தில் பணியாற்றிவிட்டுப் புலம் பெயர்ந்து அமெரிக்காவின் டெக்சாஸ் பல்கலைக் கழகத்தில் படித்தார். இவர் ஒரு நாவலும், நாலு சிறுகதைத் தொகுப்புகளும், நாலு கட்டுரைத் தொகுப்பு களும் இதுவரை வெளியிட்டுள்ளார். எழுத்தாளராகப் பல விருதுகள் பெற்றவர். Man Booker International பரிசுக் காகக் கடைசிச் சுற்றில் இடம் பெற்றிருக்கிறார். O Henry

Prize Stories தொகுப்பில் இவர் கதை தேர்வாகியிருக் கிறது.

இவருடைய உரையாடல்கள் எளிதாக, இயற்கை யாக, சோடனைகள் இல்லாமல், மெல்லிய அலை போல நகரும் 'உரையாடல் எளிது, அதைத்தான் மனித குலம் ஆரம்பத்திலிருந்து செய்து கொண்டிருக்கிறது' என்கிறார். எழுதுவதற்கான அகத் தூண்டலை வெளியே தேட வேண்டாம். எழுதும்போது அது தானாகவே வரும் என்று நிச்சயமாக நம்புகிறார்.

ஜோசிப்பைத் தொடர்புகொண்டபோது இரண்டு கேள்விகள் மட்டும் கேட்கலாம் என்றார்.

1. இந்தக் கதையை எழுதுவதற்கான கரு உங்களுக்கு எப்படித் தோன்றியது?

நான் பீட்டர்ஸ்பர்க்கில் ஆறு மாதங்கள் வேலை நிமித்தமாகக் கழித்தபோது அடிக்கடி வாடகை வண்டியில் பயணம் செய்யும் சந்தர்ப்பம் கிட்டியது. அங்கே யாரும் பணத்திற்கு வாகனத்தை நிறுத்தி உங்களுக்குச் சவாரி தர தயாராயிருப்பார்கள். அந்தச் சமயம் எனக்குப் பல விபரீதமான அனுபவங்கள் கிடைத்தன. ரோட்டிலே பிணங்கள் அகற்றப்படாமல் பல மணிநேரம் கிடக்கும். அந்த அனுபவங்களை வைத்து ஒரு சிறுகதைப் புனைய வேண்டும் என்ற உந்துதல் எனக்குக் கிடைத்தது.

2. ஒரே அமர்வில் எழுதி முடித்தீர்களா? எத்தனை தடவை திருத்தங்கள் செய்தீர்கள்?

ஒரே அமர்வில் எழுதி முடித்தேன். மூன்று மணி நேரம் எடுத்திருக்கும். ஆனால் நான் 12 தடவை திருத்தி எழுத வேண்டி நேர்ந்தது. ஆரம்பத்தில் கதை நீள மாகவும், தளர்வாகவும் இருந்தது. நான் கதையைச் சுருக்கி, உரையாடல்களை இறுக்கி திருப்தியான ஒரு வடிவத்துக்குக் கொண்டுவந்தேன்.

✶

அவர்கள் இறந்த வரிசை

டொலி ரீஸ்மான்

(தமிழில் : அ. முத்துலிங்கம்)

கோல்டுமானுக்கு கான்சர் என்று மருத்துவர்கள் கண்டுபிடித்த சமயம் நான் காதல் விளையாட்டுகளில் பலவிதமான பரிசோதனைகள் செய்துகொண்டிருந்தேன். நான் 16 வயதை எட்டிவிட்டேன். அப்போதைய காதலனான பொபியை இரண்டாம் இடத்துக்கு முன்னேற அனுமதித்தேன். என் மார்புகளைத் தொட்டான்.

கோல்டுமானுக்கு கான்சர் உக்கிரமானபோது பொபி மேலும் முன்னேறினான். என் உடலில் வேறு இடங்களையும் தொட்டு விளையாடினான். அழகான நகப்பூச்சுபூசி அலங்கரித்த என் விரல்களை என்னவெல்லாமோ செய்யவைத்தான். பொபி உடலை வளைத்து சுழன்று 'ஆ' என அலறினான். உண்மையில் யோசித்தால் இதை முழுமையான உடலுறவு என்று சொல்லமுடியாது. ஆனால் போதிய தூரம் கடக்கப்பட்டுவிட்டது. பொபி கைகளைக் கழுவி, மென்பேப்பர் சுருளில் துடைத்து கழிவறைத் தொட்டியில் அதை எறிந்து சுழன்று சுழன்று போகவைத்தான். கோல்டுமானின் சவப் பெட்டி சவக்கிடங்குக்குள் மெதுவாக இறங்குவதை என்மனம் அப்போது கற்பனைசெய்தது.

மரணம் என்னைச் சுற்றி இருந்தாலும் அந்த நேரம்வரைக்கும் நான் சாவைப் பற்றி எண்ணுவதைத் தவிர்த்து வந்தேன். நான் ஆசையாக வளர்த்துவந்த கிளியை ஓர் அந்நியப் பூனை வந்து எனக்கு முன்னாலேயே கொன்று தின்றது. கால்களை முதலில் வாய்க்குள் திணித்து மூன்று கடியிலேயே முழுக் கிளியையும் விழுங்கிவிட்டது.

அந்த வருடம்தான் என் அப்பாவுக்கு உடல்நிலை மோசமாகி அவர் அம்மாவுடன் பொஸ்டனுக்கு மருத்துவரைப் பார்க்க போக நேர்ந்தது. அவருடைய சிறுநீரகம் சரியாக இயங்கவில்லை. நிலைமை படுமோசம் என்று எங்களுக்குச் சொல்லப்பட்டது. மருத்துவர்களுக்கு என் அப்பாவைக் காப்பாற்ற முடியுமா என்பது நிச்சயமில்லை.

என்னுடைய பெற்றோர் சிகிச்சைக்காக அங்கே 11 மாதங்கள் தங்கினார்கள். அவர்கள் வீட்டில் இல்லாமல் போனதால் என் உடலும் மூளையும் இருட்டாகிக் கிடந்தன. வீடு முழுக்க அழுது வடியும் சூழல். இருள் என்று ஏன் சொல்கிறேன் என்றால் எங்கள் வீட்டுக்கு விருந்தாளிகள் வருவது நின்றுவிட்டது. இன்னொரு காரணம் எங்களைப் பார்ப்பதற்கு வரவழைக்கப்பட்ட ஒரு சல்லிக் காசுக்கும் உதவாத ரஸ்ய தாத்தா. நெஞ்சுவரை இழுத்துவிட்ட கால் சட்டையுடனும், அன்றைய உணவு எச்சங்கள் தெறித்த மேல்சட்டையுடனும், அறை அறையாக நுழைந்து விளக்குகளை அணைத்தபடியே இருப்பார். ரஸ்ய சாயல்கொண்ட அவருடைய ஆங்கிலத்தில் 'இது என்ன புரட்சியா?' என்று கேட்பார்.

மேலும் பெரிய இருள் வீட்டைச் சூழ்ந்தது. ஏனென்றால் எங்களுக்கு அப்பா தப்புவாரா அல்லது இறந்து போவாரா என்பது தெரியாது. நானும் என்னுடைய நாலு சகோதர சகோதரிகளும் அந்த வருடம் நிறைய தொலைக்காட்சி நிகழ்ச்சிகள் பார்த்தோம். 'சாவு' என்ற வார்த்தை எங்கள் ஒருவரிடமிருந்தும் வெளியே வராமல் பார்த்துக்கொண்டோம். ஆனால் ஒவ்வொரு இரவும் நான் கண்களை மூடியவுடன் என்னுடைய பெற்றோரின் சவப்பெட்டிகள் பக்கத்துக்குப் பக்கமாகச் சவக்குழிக்குள் இறங்குவதைக் கண்டேன்.

என் பெற்றோர் பொஸ்டனில் இருந்து திரும்பியதும் ஒருவிதமான ஆறுதல் கிடைத்தது. தொடர்ந்து தொந்தரவு செய்த இருளை மகிழ்ச்சி துரத்தியடித்தது. எங்கள்வீடு பழையபடி கலகலப்பானது. எல்லா அறைகளிலும் பிரகாசமாக விளக்குகள் எரிந்தன. டெலிபோன் இடைவிடாமல் ஒலிப்பதும், கதவுகள் ஓயாமல் விருந்தாளிகளுக்குத் திறப்பதும் மூடுவதுமாக இருந்தன. அற்புதம் நிகழ்ந்து என் அப்பா உயிர் தப்பி மீண்டதைப் பார்ப்பதற்கு அவர்கள் வந்தார்கள். என்னுடைய அம்மா மின் அடுப்புக்கு முன்னால் நின்று பன்றி இறைச்சியை ஒன்றுக்குப்பின் ஒன்றாகச் சமைத்தபோது எழுந்த இனியமணம் வீட்டை நிறைத்தது. மொறுமொறுவென்று பொரிந்த இறைச்சித் துண்டுகளில் கசிந்த எண்ணெயைப் போக்குவதற்கு அம்மா உறிஞ்சும் பேப்பரை உபயோகித்தார். பொரித்த சட்டியில் மீதமிருந்த எண்ணெயை அம்மா ஒரு பழைய கோப்பி டின்னில் ஊற்றிவைத்தார். பொரிக்கும்போது அம்மாவின் ஒருகண், நடுவிலே பாய்ந்து இறைச்சித்துண்டை திருடிப் போக எத்தனிக்கும் எங்களின்மேல் இருந்தது. வெடித்துப் பறக்கும் எண்ணெய்த்துளிகூட எங்களை நிறுத்த முடியாது. அம்மாவின் மற்ற கண் அப்பாவின் மேல் இருந்தது. அவருடைய சுவாசம் எப்படி இருக்கிறது, அவர் என்ன செய்கிறார், அவருடைய உடல்நிலை மோசமாகிறதா

என்பதைத் தொடர்ந்து கவனித்தபடியே இருந்தார். அவருடைய தேகசுகம் கவலைக்கிடமானால் அது அப்பாவுக்குத் தெரியமுன்னர் அம்மாவுக்குத் தெரிந்துவிடும்.

ஒவ்வொரு முறையும் உணவுதேடி எங்கள் பிரம்மாண்டமான குளிர்சாதனப்பெட்டி கதவைத் திறக்கும் போது அது கிரீச்சென்று சத்தம் எழுப்பியது. கார் கொட்டகையில் ஊறுகாய் ஜாடிகளும், மூலிகை தர்ப்பூசணிகளும், சிவப்பு தக்காளிகளும் புளிக்கவைக்கப் பட்டன. பால்காரன் பழையபடி வரத்தொடங்கினான்; பாலையும், தோடம்பழச்சாறையும் வாசல்கதவுக்கு வெளியே விட்டுச்சென்றான். எங்கள் பெற்றோர் இல்லாத சமயம் ரஸ்ய தாத்தா தோடம்பழச்சாறு விலை கட்டாதென்று சொல்லி அதற்குத் தடை விதித்திருந்தார். சில நாட்களில் நாங்கள் பால்வாகனத்துக்குப் பின்னால் ஓடி தாத்தாவின் சட்டைப்பையில் திருடிய சில்லறைகளைக் கொடுத்து தோடம்பழச்சாறை வாங்கி அப்படியே நடுரோட்டில் நின்று போத் தலைக் கவிழ்த்துக் குடித்திருக்கிறோம். வெறும் காம்பெல் தக்காளி சூப்பையும், எங்கள் பக்கத்து வீட்டுக்காரர் தரும் இலவச கேக்கையும் உண்டுதான் நாங்கள் உயிர் தரித்தோம். எங்கள் தாத்தாவுக்கு இலவசக் கேக்கிலும் பார்க்க அதிகமாகப் பிடித்த உணவு வேறு ஒன்றுமே இல்லை.

ஒரு சனிக்கிழமை இரவு, அப்பாவின் நோயைக் கண்டுபிடிக்க முன்னர், அப்பாவும், கோல்டுமானும், லிபர்மானும், ஜான்சியும் சீட்டு விளையாடியதைப் பார்த்தேன். அவர்களுடைய மனைவிமாரும், என் அம்மாவும் அவர்கள் விளையாடி முடித்த பின்னர் உண்பதற்காகச் சமையலறையில் கூடி உணவு மேசையை அக்கறையோடு தயாரித் தார்கள். பேகிள், கோப்பிகேக், கிரீம்சீஸ், பலவிதமான மீன்வகை, ரொட்டி அத்துடன் வாயூற வைக்கும் சிவப்பு, பச்சை திராட்சைகள்.

'இன்றிரவு நீ டேட் போகிறாயா?' என்று என்னிடம் அப்பாவின் உற்ற நண்பராகிய கோல்டுமான் கேட்டார். நான் தலையை இரண்டு பக்கமும் ஆட்டியபடியே 'டேட் கிடையாது' என்றேன். நல்ல கதகதப்பாக ஆறுதல் தரும் வீட்டில் இருக்கவே நான் பிரியப் பட்டேன். நான் விரும்பும் பையன்கள் எல்லாம் ஏற்கனவே நல்ல இளம்பெண்களாகப் பார்த்துப் பிடித்துவிட்டார்கள். அடுப்பிலே சூடாகும் காப்பி மணத்தை நுகர்ந்துகொண்டு வீட்டிலிருப்பதே மேலானது.

எங்கள் வீட்டின் பின்பக்கம், முகட்டிலே இருந்து தொடங்கும் பாரிய கண்ணாடி யன்னல்களால் அழகூட்டப்பட்டிருக்கும். வெளியே கண்களை வசீகரிக்கும் பள்ளத்தாக்குக் கீழே இருந்தது.

எங்களால் வெளியே பார்க்க முடியாது ஆனால் பள்ளத்தாக்கில் இருப்பவர்கள் எங்களைக் காணமுடியும். என்னுடைய அப்பாவும் அவருடைய நண்பர்களும் நடுத்தர வயதை நெருங்கிக் கொண்டிருந் தார்கள். நானோ முழுப்பெண்ணாவதற்கான வாசலில் தயங்கி நின்றேன். அந்த வயதில் நாங்கள் எல்லோரும் நிற்கும் ஒருபடம் எடுத்திருந்தால் எவ்வளவு மகிழ்ச்சியைத் தரும் என்று இப்போது தோன்றுகிறது. என்னுடைய முதல் ஆண்களின் பரிச்சயத்தை உறைய வைத்திருந்தால் அதுவும் நல்லாயிருந்திருக்கும்.

அப்பாவின் நண்பர்களின் விளையாட்டுச் சண்டை என்னைக் கூசவைத்தது. 'ஜான்சி, நாசமாய் போறவனே, இன்னும் துருப்பு இருக்கிறது. விளையாட்டில் நீ சுத்தமூடன்' லிபர்மான் கத்தியபடி தன்னுடைய சீட்டுகளை வீசி சண்டைக்கு இறங்கினார்.

'ஆ ! என் வகுப்பில் நான்தான் முதல்' என்று ஜான்சி கூவினார். கோல்டுமான் சிரித்தார். மேசை விளிம்பில் கொளுத்தி வைத்த சுருட்டு அந்தரத்தில் புகைவிட்டது. சாம்பல் பெரிசாக வளர்ந்ததும் கைகளைக் கோர்த்துப் பிடித்து சாம்பலை அதற்குள் ஏந்திக்கொண்டார்.

'ஒரு சாம்பல் கிண்ணத்தைக் கையில் எடுத்துக்கொள்' ஜான்சி கூறினார். 'நீ நெருப்பில் எரிபட்டுப் போவதுடன் இந்த இடத்தையும் அசுத்தமாக்கிவிடுவாய்.'

'நீ உன் வேலையைப் பார்' என்று கோல்டுமான் சொல்லிவிட்டு பாதி கடித்து துவைத்த சுருட்டை வாயினுள் நுழைத்தார். அதை இழுத்ததும் அது உயிர் பெற்றது போல சிவப்பாக ஒளிர்ந்தது. அந்த வெளிச்சத்தில் அவருடைய கண்கள் ஒளிகொண்டன.

என்னுடைய அப்பா சீட்டுகளைக் கலைத்து மறுபடியும் அடுக் கினார். ஒரு மந்திரவாதி உடையது போன்ற அவருடைய மெல்லிய வலுவான விரல்கள் சீட்டுகளை உயிர்கொண்டவை போல அலையவைத்தன.

கோல்டுமான் சுகயீனப்பட்டது எங்களுக்கு அதிர்ச்சியாக விருந்தது. சீட்டாட்டக்காரர்களின் குழுவில் அவர்தான் அதிபலசாலி. ஒரு காளைமாடு என்று அவரைக் குறிப்பிடுவதுண்டு. அவர் இறந் தால் மற்றவர்கள் எப்படி உயிரோடிருக்க முடியும். கடவுளிடம் அதே கேள்வியை நான் கேட்டிருக்கிறேன்.

நான் படித்த ஹீப்ரு பள்ளிக்கூடத்தில் எனக்கு அறிமுகப்படுத் தப்பட்ட கடவுள் லோத்தின் மனைவி எதையோ அறியும் நோக்கில் திரும்பிப் பார்த்ததற்காக அவளை உப்புத்தூணாக மாற்றியிருக்கிறார். அந்தக் கடவுள் இருக்கிறாரோ தெரியவில்லை ஆனால் தற்செயலாக அவர் இருந்தால் அவருடைய கோபத்தை என்னால் தாங்க முடியாது.

என்னுடைய மனதுக்குள் இருக்கும் கடவுள் என்னுடைய பெற்றோர் என்னைவிட்டு வேறு இடத்துக்குப்போன பின்னர் என்னுடைய மூளைக்குள் புகுந்து என்னை அதட்டியவர். நான் பொபியுடன் மூன்றாம் இடத்துக்குப் போனதற்கு என்னைத் தண்டிப்பார் என நான் கவலைப்பட்ட அதே கடவுள்தான்.

என்னுடைய பிராண சிநேகிதி ஆர்லீனுக்கு நான் கடவுளுடன் கதைத்த விவகாரத்தைச் சொன்னேன். அது ஒன்றே அவருடைய இருப்புக்குச் சாட்சியம் என்பதுபோல. அவள் இனிய மணம்தரும் சிகரெட்டைத் தன் ஒப்பனை செய்த விரல்களில் பிடித்தபடி சிரித்தாள். அவள் அப்பொழுது புகைபிடிப்பவள் போலவே இல்லை. என்னில் மதிப்புக் கூடியதுபோல தன் புருவங்களை உயர்த்தி 'கடவுள் உன்னிடம் வருகிறார்' என்றாள். அவளுடைய உதடுகள் கோணலாகிப் போய் வடிவிழந்தன. முழுச் சிகரெட்டை அழுத்தி நசுக்கினாள். மீதிப் புகையை ஊதி, கையால் விசிறி தன் முகத்திலிருந்து அகற்றி னாள். 'ஆம், அவர் சில சமயம் என்னிடம் வருகிறார்' என்றேன்.

அவள் சிகரெட்டை அரைவாசி நிறைந்த சாம்பல் கிண்ணத்தில் தேய்த்து முடித்துவிட்டு தன்னுடைய நெஸ்கபே காப்பியை அருந்தினாள். கடவுளைப் பற்றி வேறு ஒன்றும் கூறவில்லை. நான் கடவுளை நம்புகிறேனோ இல்லையோ என்பதை என்னால் கண்டு பிடிக்க முடியவில்லை. என்னவானாலும் அது என் வாழ்க்கையை இம்மியும் மாற்றுவதாகத் தெரியவில்லை.

'குஞ்சு, எனக்கு ஒரு துண்டு கேக்' என்றார் ஜான்சி தன் சீட்டு களை வட்டமாக விரித்தபடி. அவர் கிரமமாக வந்து சீட்டு ஆடுகிற வர்களில் ஒருவர். என்னுடைய அம்மாவின் ஒரே சகோதரியை மணமுடித்தவர். ஒவ்வொரு சனிக்கிழமையும் எங்கள் சின்னம்மா எங்கள் வீட்டு வளைந்த சோபாவின் விளிம்பில் தலைவைத்து தூங்கிவிடுவார். அந்த சோபா, அதற்குக் கீழ் இருக்கும் கம்பளம் போலவும், பின்னால் தெரியும் சுவர்போலவும் பச்சை நிறத்தில் இருக்கும். மேலே மறைத்து வைத்த குழல் விளக்கின் மங்கிய வெள்ளை ஒளி சின்னம்மாவின் முகத்தில் வரியாகப் பரவும். கிட்டத்தட்ட இறந்ததுபோல கிடக்கும் சின்னம்மா விழித்து தலையை இரண்டு பக்கமும் ஆட்டி 'ஜான்சி வீட்டுக்குப் போகலாம் புறப்படு' என்பார்.

ஆரம்பத்தில் கோல்டுமானின் நோய் அறிகுறிகள் ஆபத்தான ஒன்றாக எனக்குத் தோன்றவில்லை. அந்த நாட்களில் தினமும் சில மைல்கள் ஓடுவது மதிப்பானது. அல்லது அரை மரதன் ஓட்டத்

துக்குப் பயிற்சி எடுப்பது. அல்லது டிரைலத்தோன், அதாவது ஒரே மூச்சில் ஓடி, நீந்தி சைக்கிள் ஓட்டி முடிக்கும் மூவகைப் போட்டி.

நான் அப்பொழுது எந்த விதமான உடற்பயிற்சியும் செய்தது ஞாபகத்தில் இல்லை. காருக்குள் ஏறுவதற்காக கார் கதவை நோக்கி நடப்பது, கார் கைப்பிடியை இழுப்பது, மறுபடியும் இழுத்துப் பூட்டுவது, பல்கடை அங்காடிக்கு காரை ஓட்டுவது, ஒவ்வொரு கடையாக ஏறி இறங்கிப் பொருட்கள் வாங்குவது, இறுதியில் பொருட்களைச் சுமந்து காருக்குச் செல்வது. அவ்வளவுதான். சிலவேளை இந்த வேலை என்னை மூச்சுவாங்க வைக்கும்.

ஆனால் கோல்டுமான் பாரிய உடம்பு கொண்ட ஒருவர் என்றாலும் நல்ல ஓட்டக்காரர். தாராளமான வயிற்றைத் தாங்கும் மெலிந்த கால்கள். தொக்கையான மனிதர் என்று சொல்ல முடியாது. ஆனால் வேகமாக அதை அணுகிக்கொண்டிருந்தார். தொடர்ந்து ஓடுவதை மட்டும் அவர் நிறுத்தவில்லை. இரண்டு நாளுக்கு ஒருமுறை அவர் இரண்டு மைல் ஓடினார். எத்தனை மனஉறுதி தேவை. 16 தடவை மூடிய மைதானத்தைச் சுற்றி ஓடினால் ஒருமைல். அது முடிந்ததும் மீண்டும் ஒருமைல் ஓடினார். ஒரு நல்ல உடல்கட்டை அடைய வேண்டும் என்று ஒருத்தர் உடம்பை இத்தனை தூரம் வருத்துவது ஆச்சரியமான விசயம்தான். ஒருமுறை கோல்டுமான் தனக்கு இப்போதெல்லாம் இரண்டு மைல் ஓடியதும் மூச்சு வாங்குகிறது என்று சொன்னதும் ஜான்சி 'யாருக்குத்தான் மூச்சு வாங்காது' என்றார்.

'மருத்துவர்களால் என் உடம்புக்கு என்ன என்பதைக் கண்டு பிடிக்க முடியவில்லை' என்றார் கோல்டுமான். 'ஏனென்றால் உடம்புக்கு ஒன்றுமே இல்லை' என்றார் ஜான்சி. 'எல்லாமே மூளையில் உருவானதுதான்' ஜான்சி தன் தலையைத் தொட்டுக்காட்டினார். 'நீ சொன்னது உண்மையென்று நம்புவோம்' என்று கூறியபடி கோல்டுமான் தன்னுடைய கோட்டு பைக்குள் இருந்து ஒருசுருட்டை எடுத்து நுனியை வெட்டி வாயினில் பொருத்திக்கொண்டார்.

மற்ற இரண்டு சீட்டாட்டக்காரர்களும், அப்பாவும், லிபர்மானும் மௌனமாக இருந்தார்கள். கோல்டுமான் ஒரு தீக்குச்சி புத்தகத்தை வெளியே எடுத்து ஒரு தீக்குச்சியைப் பிய்த்து உரசும் பகுதியில் பலமாக உரசி எனக்குப் பிடித்த சல்ஃபர் மணத்தைக் கிளப்பியதை அவர்கள் அமைதியாகப் பார்த்தார்கள்.

ஒரு நவம்பர் மாதம் சனிக்கிழமை அவருடைய வியாதி என்ன வென்று தெரியவந்தது. முடிவில்லாத இருள் சூழ்ந்த அந்தச் சமயம், கிறிஸ்மஸ் கொண்டாட்ட வெளிச்ச விளக்குகள் வரமுன்னர், சமைய

லறைக்கும், கண்ணாடிக் கூரைபோட்ட அறைக்கும் பொதுவாக உள்ள கதவுக்கும் இடையில் நின்று கோல்டுமான் சுருட்டைப் பற்றவைக்கும் சடங்கை நான் சுவரில் பொருத்திய பெரிய கண்ணாடி வழியாகப் பார்த்தேன். அந்தக் கெட்ட செய்தியால் சற்றுத் தலை குனிந்திருந்த அவருடைய கூட்டாளிகள் அத்தனைப் பேரையும் என்னால் பார்க்கக் கூடியதாக இருந்தது. கோல்டுமான் நெருப்பு அணைந்துவிடாமல் கைகளினால் மறைத்துக்கொண்டு முதல் புகையைப் பட்பட்டென்று சுருட்டில் உயிர் வரும்படியாக இழுத்தார்.

'நாங்கள் விளையாடுகிறோமா, இல்லையா?' என்றார் ஜான்சி. லிபர்மான் சீட்டுக்களைப் பிடுங்கி படபடவென்று கலைத்து அடுக்கினார். ஒவ்வொரு வாரமும் செய்வதுபோல அவற்றை மூன்று மூன்றாகப் பகிர்ந்தளித்தார். அவர்கள் தங்கள் சீட்டுக்களை ஒன்றாகக் கைகளிலே அடுக்கியபோது மௌனமாகவே இருந்தனர்.

மார்ச் மாதத் தொடக்கத்தில் கோல்டுமான் இறந்து போனார். ஒருவருடம் கூட அவரால் தாக்குப் பிடிக்க முடியவில்லை. அன்று காலநிலை எப்படி இருந்தது என்று எனக்கு இப்போது ஞாபகத்தில் இல்லை. நிலத்தில் பனி விழவில்லை; அதேசமயம் நாள் வெப்ப மாகவும் இல்லை, குளிராகவும் இல்லை.

கோல்டுமானின் மரணச்சடங்கு நாள் அன்று நானும் அப்பாவும் இடுகாட்டு ஆசனத்தில் அமர்ந்திருக்கிறோம். அப்பாவுக்கு மூச்சு வாங்கியபடியால் சற்றுநேரம் உட்கார்ந்து ஓய்வெடுத்தோம். கோல்டுமானின் நாலு மகன்களும் மரண ஊர்தியிலிருந்து இறக்கிய சவப்பெட்டியின் பின்னால் மெதுவாக நடந்தனர். அவருடைய மனைவி வரிசையின் முன்னால் நடந்தார். அவர்களுடைய முகங்கள் எல்லாம் கோணலாகி நான் முன்பு பார்த்திராத முகங்களாக மாறியிருந்தன. எல்லோருமே கைவிட்ட ஆதரவற்ற நிலை அங்கே தெரிந்தது. அவருடைய மகன்கள் வயது வந்தவர்கள் அல்ல; அதே நேரத்தில் சிறியவர்களும் இல்லை. தகப்பனைப் புதைப்பதற்கு அவர்கள் இன்னும் தயாராகவில்லை. சவப்பெட்டியைச் சவக்கிடங்கிற் குள் கொண்டுசேர்க்கும் கருவியின்மேல் கிடத்தினார்கள். அப்பா என் கையை இறுகப்பற்றி என்னால் கேட்க முடியாத ஒன்றை முணுமுணுத்தார். பின்னர் துக்கம் கொண்டாட வந்தவர்களிடையே என்னை அழைத்துச் சென்றார். சவப்பெட்டி கீழே இறங்கியதும் மண்ணைத் தூவினார்கள். கோல்டுமானின் மனைவியும் மகன்களும் அழுவதை மறந்து வேறு உலகத்தில் இருந்தார்கள். லிபர்மானும், ஜான்சியும்கூட அந்தக் கூட்டத்தில் எங்கோ இருந்தார்கள். அவர்கள் இரங்கல் பிரார்த்தனையில் இருந்தபோது அவர்களைத் தேடிக் கண்டுபிடித்தேன்.

பிரார்த்தனையின் பின்னர் நான் என் பெற்றோருடன் வீடு திரும்பினேன். என்னுடைய சகோதரர்கள் தங்கள் தங்கள் கார்களில் புறப்பட்டனர். நானும் அப்பாவும் அம்மாவும் திரும்பியபோது திடீரென்று அப்பா அழத்தொடங்கினார். அவர் அழுததை நான் ஒருமுறைகூட இதற்கு முன்னர் பார்த்தது கிடையாது. என்னுடைய அம்மாவின் கை அவரை அணைத்திருந்தது. அவருடைய வாழ்க்கையில் ஏதோ ஒன்றை வெளியேற்றுவதுபோல அழுகை பீறிட்டுக்கொண்டு வந்தது.

அதன் பின்னரும் அவர்கள் தொடர்ந்து சீட்டு விளையாடினார்கள். இன்னும் ஒரு புதிய நாலாவது ஆளைச் சேர்த்துக்கொண்டார்கள். கூச்சலும் குழப்பமும் தொடர்ந்தது. அவர்கள் சீட்டு விளையாடுவதை நான் பார்ப்பது குறைந்துகொண்டே வந்தது. என்னுடைய காதல் சோதனைகள் முன்னேற்றம் கண்டன. முதலில் பொபி, பின்னர் ஆரன், மார்ட்டின், அலெக்ஸ்.

அதற்குப் பிறகு நான் மேற்கு பிரதேசத்தில் வசிப்பதற்குச் சிலநாட்கள் சென்றேன். இறுதியில் சீட்டு விளையாட்டு நின்றது. வீடு மௌனமானது. விளையாட்டுக்காரர்கள் மரணித்தனர். இந்த வரிசையில் அவர்கள் இறந்தார்கள்.

கோல்டுமான்.

அப்பா.

ஜான்சி.

லிபர்மான்.

* * *

சமீபத்தில் ஆங்கிலத்தில் ஒரு சிறுகதை படித்தேன். வழக்கமான சிறுகதைகளிலிருந்து மாறுபட்டு என்னை முடிவுவரை இழுத்துச் சென்றது. கதையைப் பிரசுரித்தவர்களுக்கு எழுதி எழுத்தாளரின் முகவரியைக் கேட்டேன். அவர்கள் தரவில்லை, ஆனால் எழுத்தாளருக்கு என் மின்னஞ்சலையும், தொலைபேசி எண்ணையும் கொடுத்திருந்தார்கள். சிலநாட்கள் கழித்து டொலி ரீஸ்மன் என்னைத் தொலைபேசியில் அழைத்துப் பேசினார். நான் அவருடைய கதையைத் தமிழில் மொழிபெயர்க்க சம்மதம் கேட்டேன். சரி என்றார். 'கதையை மாத்திரம் மொழி பெயர்ப்பேன், வசனம் வசனமாக அல்ல' என்றேன். அதற்கும் சரி என்றார்.

என்னை அழைப்பதற்கு முன்னரே என்னைப் பற்றி கூகிளில் தேடி அறிந்து கொண்டார். நான் எழுதிய ஒரு கதையின் ஆங்கில மொழிபெயர்ப்பைப் படித்துவிட்டுப் பாராட்டினார். 'நீங்கள் எழுதிய கதையின் தலைப்பை எப்படித் தீர்மானித்தீர்கள்?' என்று டொலியிடம் கேட்டேன். 'அதுவாகவே வந்தது' என்றார். 'கதையின் முடிவை எப்படித் தீர்மானித்தீர்கள்?' 'எழுதிக்கொண்டு போன போது ஓர் இடத்தில் முடிவு வந்து எழுத்தை மேலே போகவிடாமல் தடுத்து உட்கார்ந்துவிட்டது' என்றார்.

டொலி ரீஸ்மன் யோர்க் பல்கலைக்கழகத்தில் படித்து MFA பட்டம் பெற்றவர். பல சிறுகதைகள் எழுதியிருக் கிறார். அவருடைய 'A Different Man' நாடகம் நியூசீலண்டில் மேடையேற்றப்பட்டது. தற்போது தொலைக் காட்சிக்கு எழுதிக்கொண்டிருப்பதாகச் சொன்னார்.